AF758753

நாளைக்கும் நிலவு வரும்!

நாளைக்கும் நிலவு வரும்!

தேவிபாலா

Pustaka
EBooks | Audiobooks | Paperback

முதற்பதிப்பு: 2023
First Edition: 2023

Naalaikum Nilavu Varum!

நாளைக்கும் நிலவு வரும்!

Devibala

தேவிபாலா

ISBN: 978-93-95277-56-3

Pustaka
EBooks | Audiobooks | Paperback

Pustaka Digital Media Pvt. Ltd.
#7-002, Mantri Residency,
Bannerghatta Main Road, Bengaluru - 560 076
Karnataka, India
+91 7418555884

பொருளடக்கம்

1

> **இன்றைய பௌர்ணமியை இழந்துவிட்டாலும் நாளைக்கும் நிலவு வரும் என்ற நம்பிக்கையில் நாட்களை நகர்த்து!**

அப்பா இரைந்து கத்திக்கொண்டிருப்பது கூடத்தில் கேட்டது. அம்மா ஏதோ, கீழ்க்குரலில் சமாதானப்படுத்தும் முகமாக தணிந்து தணிந்து பேசிக் கொண்டிருந்தாள்.

காதம்பரி ஹேர்பின்னை எடுத்து பக்கத்துக்கு இரண்டாக செருகிக் கூந்தலைப் பதப்படுத்திக் கொண்டிருந்தாள்.

எழுந்து வெளியே வந்தாள்.

"தேதி ஏழாச்சு. இன்னமும் பணம் வரலைன்னா என்ன அர்த்தம்? வாடகைகூடத் தரலை. மளிகைக் கடைக்காரன் காறித் துப்புவான். மானமா வாழ வேண்டாம் நான்?"

"சரி நம்ம பேச்சு பக்கத்து வீட்டுக்குக் கேக்கணுமா?"

"ஏன் கேட்டா என்னா? நம்ம வீட்டு சங்கதிகளை எதுக்கு ரகசியமா பேசணும்? திருடவா செய்யறம்?"

அப்பாவின் குரல் உயர்ந்து கொண்டே போயிற்று

"அம்மா! கொஞ்சம் உள்ளே வாயேன். இந்த ஹூக்கைப் போட முடியலை!"

காதம்பரி குரல் கொடுத்தாள்.

அம்மா உள்ளே வந்தாள்.

"என்னடீ?"

"எதுக்கு அப்பா காட்டுக்கத்து கத்தறார்? அண்ணாவோட பணம் வரலையா?"

"ஆமாம்! பாவம் அந்தப் புள்ளை. ஊரைவிட்டு ஊர் போய் உழைக்கறான். என்ன இடைஞ்சலோ? இப்படி சத்தம் போட என்ன இருக்கு? வீட்டுக்காரரை, மளிகை பாக்கியை எல்லாம் நான்தானே சொல்லி நிறுத்தறேன். உங்கப்பாவா செய்யறார்?"

காதம்பரி பேசவில்லை.

"நாசமாப் போன முன்கோவம்! சம்பாதிக்க வேண்டிய வயசுல, நாலு குழந்தைகளை, அதுல மூணு பொட்டச்சிகள் வச்சிட்டு வேலையை விட்டுட்டு வந்தாச்சு. ஒரு இடத்துலேயும் நாலு நாள் தங்கினதா சரித்திரமே இல்லை. நடுக்கூடத்துல உட்கார்ந்து நாக்கை நாலு திசைலேயும் சுழற்ற இவருக்கென்ன அதிகாரம். என் பிள்ளை யுதிஷ்டிரன். அவனாகத்தொட்டு இந்தக் குடும்பத்தைத் தாங்கறான். விட்டுட்டுப் போனா, நடுத்தெருவுல நிப்பே நீ!"

அப்பாவின் காலடியோசை நெருங்கியது.

"அம்மாவும் பொண்ணும் என்ன? பேசறம்னு தெரியணும். கேடுகெட்ட புத்தி!"

அவசரமாக புடவைத் தலைப்பால் கசிந்த கண்களைத் துடைத்துக்கொண்டு வெளியே வந்தாள்.

காதம்பரி பின்பற்றினாள்.

"நீ இன்னிக்கு வேலைக்குப் போகலையா?"

"மத்யான ஷிப்ட் எனக்கு."

அவளை அலட்சியமாக ஒருமுறை பார்த்துவிட்டு அப்பா பின்கட்டுக்குப் போனார்.

"அம்மா!"

"என்னடீ?"

"என் சம்பளம் வந்ததே! போறலையா?"

"எப்படிம்மா போறும்? நம்ம மனோகரிக்கு ஜுரம் அதிகமாகி ஆஸ்பத்திரியில் சேர்த்தோம் போன மாசம். அந்த செலவுக்கு வாங்கின கடனை உன் சம்பளத்தைத் தந்துதானே அடைச்சம்?"

அப்பா திரும்பவும் உள்ளே வந்தார். வேட்டியை சரியாகக் கட்டிக்கொண்டார். சட்டையை மாட்டிக் கொண்டு, தோளில் ஒரு டவலையும் போட்டுக்கொண்டு, வெளியே இறங்கி நடந்தார்.

"சாப்பிடலையாம்மா அப்பா?"

"எல்லாம் வருவார். பெரிய ஜபர்தஸ்த்து. ஒருவேளை ஒரு தினுசு குறைஞ்சா, மூக்குக்குமேல் கோவம் வரும். வேலைல இருந்தா இன்னும் ஆறு வருஷம் சர்வீஸ் இருக்கும். ஒரு வேலைல நிலைச்சாரா? பதினெட்டு வயசுல வீட்டைவிட்டு வேலைக்காக இறங்கினவன் உங்கண்ணா, அவன் சம்பாதிச்சு பணம் அனுப்பறதால இந்தக் குடும்பம் தாங்குது. அவனைக் கண்டமேனிக்கு பேசினா என்னடீ காதம்பரி நியாயம்?"

"சரி! நீ அப்பாகிட்ட சண்டை போட்டு என்ன லாபம்?"

"நான் எங்கே சண்டை போட்டேன்? ஒவ்வொரு முறையும் வேலையை விட்டுட்டு வந்து நிக்கும்போது, என் நகைகளை வித்து நாலு மாசம் சாப்பிடுவோம். எங்கப்பா எனக்குப் போட்ட அம்பது சவரனும் போய் மிஞ்சினது இந்த மஞ்சக்கயிறுதான். இதுக்கு யாரும் காசு தர மாட்டான். தந்தா உங்கப்பா இதையும் வித்திருப்பார்!"

"அம்மா...!"

"உங்க நாலு பேருக்கும் அரை வயித்துக் கஞ்சியாவது ஊத்த வேண்டாமா? பொறுப்பு எனக்கு மட்டும்தானா?"

"நீ கேக்கவே இல்லையா?"

"கேக்காமலா? ஒரு தடவை நல்லாவே கேட்டதன் விளைவு என்னாச்சு தெரியுமா?"

"என்னாச்சு?"

"அப்ப நீ ஏழு வயசுக் குழந்தை... மனோகரிக்கு நாலு... ரஞ்சனிக்கு ஒரு வயசு... உங்கண்ணா சங்கரனுக்கு பத்து வயசு..."

அம்மா அந்த நாளை இப்போதும் மறக்கவில்லை... அது சம்பள நாள்.

பிற்பகல் இரண்டு மணிக்கே அப்பா வந்து விட்டார். காத்திருந்தாள் அம்மா.

வரும்போதே ருத்ர தாண்டவம் ஆடாத குறையாக வந்தார் அப்பா. உட்கார்ந்தார். கால்களைக் கழுவிக் கொண்டு வந்த பின்

"காபி கொண்டா!"

பதிலே வரவில்லை.

"உன்னைத்தான்! காபி கொண்டானு சொல்றேன்!"

"காபிப் பொடி இல்லை. சர்க்கரை தீர்ந்து நாலு நாளாச்சு. பால்காரன் பாக்கியைத் தராம ஊத்த மாட்டேங்கறான்!"

"புலம்ப வேண்டியது எதுவும் பாக்கியிருக்கா?"

"இல்லை... அதுதானே நிஜம். இன்னைக்கு உங்க சம்பளம் வந்தா கொஞ்சம் கடன்களைத் தந்துட்டு ஏதாவது வாங்கலாம்னு. நாலு நாளா குழந்தைகள்கூட சரியா சாப்பிடறதில்லை!"

"ஏன் பாயசமும், வடையும் கேக்கறானா உன் பிள்ளை?"

"அய்யோ... போட்டதைச் சாப்பிடற குழந்தை அவன். பேசினா தோஷம் வரும்!"

"சம்பளம் தரலை!"

"ஏன்?"

"நாளைக்குத் தர்றானாமா?"

"இல்லை. தரமாட்டான்!"

"அய்யோ!"

“நான் வேலையை விட்டாச்சு. முதலாளி வந்தப்ப என் வேலைல மூழ்கியிருந்தேன். எழுந்து நின்று கும்பிடலையாம்!”

“அதனால?”

“கூப்பிட்டு கும்பிடச் சொன்னான்!”

“கும்பிட்டீங்களா?”விளையாடறியா? நானென்ன கூலிக்காரனா கண்டவனையெல்லாம் கையெடுத்துக் கும்பிட? முடியாதுன்னு சொன்னேன்!”

“அப்புறம்?”

முதலாளி வார்த்தைக்கு எதிர் வார்த்தை பேசினா வேலையில்லைன்னு சொல்லிட்டான்.

“அய்யோ.”

“என்ன அய்யோ? உன் வேலையும் வேண்டாம்... ஒண்ணும் வேண்டாம்னு அப்பவே எழுந்துட்டேன். நான் கூழைக் கும்பிடு போடுவேன்னு எதிர்பார்த்தான் இவன்?”

“சரி! சம்பளம் தர்ற முதலாளி...!”

“அதனால?”

“அவன் சொல்றது தப்பாவே இருந்தாலும், நமக்குத்தானே நடுத்தரக் குடும்பமும், நாலு குழந்தைகளும். நஷ்டம் நம்மைத்தான் சேரும். ஒழிஞ்சு போகட்டும்னு ஒரு கும்பிடு போட்டுட்டு வர்றதுதானே?”

அப்பாவின் முகம் விர்றென்று சிவந்துபோயிற்று.

கால்களை உதைத்துக்கொண்டு எழுந்தார்.

“என்னடீ சொன்னே?”

“இதோட நீங்க நாலு வேலையை விட்டாச்சு. நல்லாருக்கா இது? நடுத்தெருவுக்கு வர முடியுமா?”

“அதனால.”

“இன்னொரு வேலை அத்தனை சுலபமா கிடைக்குமா? உங்க பக்கம் நியாயமே இருக்கட்டும். அதுக்காக, கோவப்பட்டா பாதிப்பு நமக்குத்தானே? நாலு குழந்தைகளை கரை சேர்க்க வேண்டாமா?”

“நாலு குழந்தைகளுக்காக நாணம், மானம்விட்டு நாறச் சொல்றியா என்னை?”

“அப்படிச் சொல்லலை! ஆனா நம்ம குழந்தைகளை மனசுல வச்சிட்டா மான, அவமானம் பெரிசா பாதிக்காது நம்மை?”

“உபதேசமா?”

“சம்பளமும் வாங்கிட்டு வரலையா?”

“கேஷியர் காலடில போய் நிக்கச் சொல்றியா? முதலாளி கையெழுத்துப் போடணும். அவன் கால்ல வந்து விழச் சொல்லுவான் என்னை. அப்படி அந்தப் பணம் தேவையில்லை!”

“இது சரியில்லை. குடும்பம் பட்டினி!”

“சமாளி!”

“எப்படி? உங்களுக்கு மான, ரோசம் அதிகம். மத்தவங்ககிட்ட கடன் கேக்கறவ நான்.”

“நீதான் குடும்பத் தலைவி!”

“அந்தப் பட்டம் ஒண்ணுதான் குறைச்சல் எனக்கு!”

“எதிர்த்துப் பேசிட்டே போனா என்ன அர்த்தம்?”

“வறுமை தாளலைனு அர்த்தம், மானமும், ரோஷமும் அதிகமா இருந்தா குடும்பத்தை காப்பாத்தற பொறுப்பும் உண்டு. பொண்டாட்டி ஊர்ல ஒருத்தர் பாக்கியில்லாம கடன் வாங்கும்போது, இந்த ரோஷமும், முன்கோபமும் எங்கே போச்சு? சாப்பிட வரும்போது தட்டுல சோறு எப்படி வருதுன்னு தெரிஞ்சுக்கிற பொறுப்பு இல்லையா?”

“என்னடீ சொன்னே?”

பளாரென அறைந்தார்.

குழந்தைகள் நாலுபேரும் ஸ்தம்பித்தார்கள்.

"உன் குழந்தைகளைக் கட்டிட்டு நீயே அழு!" சரேலென வெளியே போய்விட்டார்.

"அப்புறமா?"

"நாலு நாளைக்கு வீட்டுக்கே வரலை. நான் பதறி, நீங்களளெல்லாம் அழுது, அமளிதுமளியா ஆகிப்போச்சு. அஞ்சாவது நாள் திரும்பி வந்தார். எவன் இவரை மதிப்பான்? அப்புறம் ஏதோ ஒரு வேலை... திரும்பவும் முன்கோபம்... சங்கர் தலையெடுத்து ஒரு வேலைல சேர்ற வரைக்கும் நான் பட்ட நரகம் கொஞ்சமில்லை!"

"அடிக்கடி வெளிநடப்பு செஞ்சதால அதுவும் மரியாதை இழந்து போச்சு."

"சரிம்மா! உன் சங்கடங்கள் நியாயம்தான்!"

"பிள்ளை சம்பாதிச்சு அனுப்பறான். இவர் நடுக்கூடத்துல உட்கார்ந்து கம்பீரமா குடித்தனம் பண்ணுவார். வெக்கமால்ல? இந்த அழகுல அவன் பணம் வர ஒருநாள் லேட்டானா, அந்தக் குழந்தையை கண்டபடி. பேசிர வேண்டியது."

வாசலில் ஆட்டோ வந்து நின்றது.

சங்கர் இறங்கினான், பொட்டி, பைகள் சகிதம்.

"அம்மா! அண்ணா வந்துட்டான்." அம்மா உற்சாகமாக வாசலுக்கு ஓடினாள்.

"என்னடா சங்கர் திடீர்னு?"

"இங்கே ஆபீஸ் வேலைம்மா. நாலு நளைக்கு இருப்பேன். அதான் திடுதிப்புன்னு புறப்பட்டேன்!"

"இளைச்சுப் போயிட்டேடா ராஜா. சரியா சாப்பிடறதில்லையா நீ?"

“அதெல்லாம் ஒண்ணுமில்லைம்மா. காதம்பரி எப்படி இருக்கே? வேலைக்குப் போறியா?”

“ம்...! இன்னிக்கு மத்தியான ஷிஃப்ட் அண்ணா.”

“மனோகரி, ரஞ்சனி ரெண்டுபேரும் எங்கே?”

“மனோகரி காலேஜுக்கு. ரஞ்சனி ஸ்கூலுக்கு”

“அப்பா?”

“உன் சம்பளம் வந்து சேரலைன்னு கோபம். வெளில போயிருக்கார்.”

“அம்மா!” காதம்பரி அதட்டினாள்.

“நேர்ல வர்றதால கையில கொண்டு வந்துட்டேன்மா!”

“ஒருநாள் தாமதமானா ஆத்திரம். தானே உழைச்சு சம்பாதிச்சா தெரியும் அந்த அருமை!”

“அம்மா... அண்ணாவுக்கு காபி குடு!”

வேட்டி மாற்றிக்கொண்டு வந்த சங்கர் பெட்டி திறந்தான். எல்லோருக்கும் துணிகள் வாங்கி வந்திருந்தான். வீட்டுக்கொரு டேப்ரிக்கார்டர்...தவிர இனிப்புகள் என்று வகைவகையாக எடுத்து வைத்தான்.

“நீ குளிச்சிட்டு வர்றியா சங்கர் சாப்பிடலாம்!”

“ஆகட்டும்மா!”

அப்பா உள்ளே நுழைந்தார்.

“நம்ம சங்கர் வந்திருக்கான்...!”

“ம்... ம்... தெரியுது!”

சங்கர் எழுந்து வந்தான்.

“ஆபிஸ் வேலையா வந்தேன்பா. நாலு நாள் இருப்பேன்.”

சம்பளக் கவரை எடுத்து வந்து அவரிடம் தந்தான்.

“என்ன இது?” தெரியாதது போலக்கேட்டார்.

“சம்பளம்ப்பா!”

“உங்கம்மாகிட்டக் குடு!”

அவர் கை நீட்டி வாங்கமாட்டார். பிள்ளையிடம் பணம் வாங்கிவிட்டார் என்று கௌரம் குறைந்துவிட்டால்?

காதம்பரி துணிகளை எடுத்துக்கொண்டு அப்பாவிடம் வந்தாள்.

“அண்ணா எல்லோருக்கும் வாங்கிட்டு வந்திருக்கான் பா?”

“ஏன்? இப்ப என்ன விசேஷம்?”

“எதுவுமில்லை. சரி ஊருக்குப் போறமேன்னு எல்லோருக்கும் வாங்கிட்டு வந்தேன்.”

“எல்லாத்துக்குமா ஆயிரம் ரூபாயா?”

“ம்...! கிட்டத்தட்ட!”

“அனாவசியச் செலவு.”

“இல்லைப்பா. என் கைச் செலவுக்கு வச்சிருந்த பணத்தைச் சேர்த்து வச்சு வாங்கினேன்! வீட்டுப் பணத்துல எடுக்கலை!”

“அப்பா உங்களுக்கும் வேட்டி சட்டை இருக்கு!”

“எனக்கு யாரோட துணியும் அவசியமில்லை. இருக்கறது போதும்!”

அம்மா எரிச்சலோடு பார்த்தாள்.

“சங்கர் வென்னீர் ரெடி. குளிக்க வா!”

“வந்துட்டேன்மா.”

உள்ளே வந்தான்.

“மென்மையே இல்லாத ஒரு மனுஷன். இவர் வாங்கித் தந்து கட்டிக்கணும்னா, அம்மணமாத்தான் நிக்கணும்.”

“சரி விடம்மா!”

சங்கர் டவலை எடுத்துக்கொண்டு உள்ளே போனான்.

அவனுக்குப் பிடித்த கருணைக் கிழங்கு மசியல் தயாராகிக் கொண்டிருந்தது.

சாப்பாடு அரை மணி நேரத்தில் முடிந்தது.

கூடத்தில் வந்து உட்கார்ந்தான் சங்கர்.

"அப்பா!"

"என்ன?"

"ஆபீஸ் வேலையா மட்டும் நான் வரலை!"

"அப்புறம்?"

"என்னோட என் ஸ்நேகிதனும் சொந்த வேலையா வந்திருக்கான். அவன்கிட்ட காதம்பரி போட்டோ காமிச்சேன். விவரமும் சொன்னேன். அவனுக்குப் பிடிச்சிருக்கு. நாளைக்கு நம்ம வீட்டுக்கு வரச்சொல்லியிருக்கேன்!"

"எதுக்கு?"

"காதம்பரியை அவன் பார்க்கத்தான்!"

"பார்த்துட்டு?"

"பிடிச்சிட்டா, மேற்கொண்டு பேசலாமே!"

"அவனுக்குப் பெரியவங்க யாரும் இல்லையா?"

"அப்பா இல்லை. அம்மா இருக்காங்க. அண்ணா, அண்ணி உண்டுன்னு நினைக்கறேன். இவனுக்குப் பிடிச்சிட்டா மற்றதெல்லாம் ரெண்டாம் பட்சம்தான்!"

"நிறைய எதிர்பார்ப்பாங்களா சங்கர்?"

அம்மா சின்னக் குரலில் கேட்டாள்,

"எதுவுமே கேக்கமாட்டாங்க. இவன் சொல்றதுதான் குடும்பத்துல சட்டம்."

"பெரியவங்களை அடக்கி வச்சிருக்கானோ?"

“அப்படி இல்லைப்பா! இவனுக்கு வீட்ல நல்ல மரியாதை இருக்கு. சம்பாதிக்கற பிள்ளைன்னு ஒரு தனி கௌரவமே உண்டு!”

“ஏன்? உன்னை நாங்க மதிக்கலைன்னு சொல்றியா?”

“அப்படி நான் சொல்லலைப்பா.”

“அர்த்தம் அப்படித்தானே வருது!”

“நான் ஒண்ணு பேச, நீங்களா ஒரு அர்த்தம் பண்ணிக்கிட்டா, அதுக்கு நான் எப்படிப்பா பொறுப்பாக முடியும்?”

“எனக்கென்ன பைத்தியமா, அர்த்தம் பண்ணிக்க!”

“என்ன பேசினாலும் தப்பா முடிஞ்சா, பேசாமதான் இருக்கணும்!”

“நாளைக்கு அந்தப் பையன் பொண்ணு பார்க்க வர்றான்!”

“ஆமாம்!”

“இதை முன்னால எனக்கு லெட்டர்ல எழுதினியா?”

“இதுல எழுத என்னப்பா இருக்கு?”

“திமிர். சம்பாதிக்கிற திமிர். நீதான் உன் தங்கைகளை கரையேத்தணும்னு அகங்காரம். பையனை வரச் சொல்லியிருக்கே. நீயும் வந்திருக்கே, பொண்ணு பார்க்கற ஏற்பாடுகளோட. எப்ப நிச்சயதார்த்தம். நான் உண்டா அதுக்கு?”

“அம்மாவால் பொறுக்க முடியவில்லை.”

“என்ன தப்பா செஞ்சிட்டான் அவன்?”

“பெத்த தகப்பன் நான் குத்துக் கல்லாட்டம் இருக்கேன். இதையெல்லாம் எங்கிட்ட பேசிட்டு செய்ய வேண்டாமா? என் பொண்ணு போட்டோவை எவனோ ஒருத்தனுக்கு ஏன் காட்டணும்? என் அனுமதியில்லாம?”

“அவனுக்கும் அந்த உரிமை உண்டு. கூடப் பொறந்தவன்!”

"சரி! கல்யாணத்தையும் உன் புள்ளையே நடத்தட்டும்!"

"அவன்தானே நடத்தியாகணும். நீங்க சேர்த்து வச்ச லெட்சக்கணக்கான பணமும், நான் கொண்டு வந்த மஞ்சக்காணி சொத்துக்களும் தான் நிறைய இருக்கே!"

"என்னைக் குத்திக் காட்டறியா?"

"இல்லை. தங்கைக்கு ஒரு நல்ல வழிகாட்ட வந்த பிள்ளையை நீங்க குத்த வேண்டாம், உங்க பேச்சால!"

அவர் சடாரென எழுந்து விட்டார்.

"இந்த பாரு! உன் திமிருக்கும் ஒரு எல்லை இருக்கு. என்னைக் கேக்காம எவனையாவது உன் பிள்ளை கூட்டிட்டு வருவான். நானில்லாம நீ நடத்து கல்யாணத்தை. இந்த கல்யாணத்தை நீயும், உன் பிள்ளையுமா முடிவு செஞ்சுக்கலாம். நான் வரக்கூட மாட்டேன்."

"அப்பா.... ஏன் கோபம்? நீங்க இல்லாம நடத்த முடியுமா?"

"முடியும். பணம் இருக்கறவன் அப்பனாக்கூட பதவியேற்காலம். அதுதான் இந்தக் காலம்."

அம்மா காதுகளை மூடிக்கொண்டாள்.

அப்பா எழுந்து போய்விட்டார் மாடிக்கு.

"அண்ணா!"

"என்ன காதம்பரி!"

"எனக்கு இப்பக் கல்யாணம் வேண்டாம். உன் சிநேகிதனை வரவிடாம தடுத்துடு."

"அப்பா சொல்றார்னு விட்ர முடியுமா காதம்பரி?"

"அதானே? அவர் கிடக்கார்!"

"நீ புரியாம பேசாதேம்மா. அப்பா மனசுக்குப் பிடிக்கலை. ஒரு வைராக்கியம் மாதிரி நாளைக்கு கல்யாணத்துக்கே வராம

இருந்துட்டா, நம்ம நிலைமை என்னாகும்? நிச்சயம் அப்பா செய்வார் இதை!"

"அதனால?"

"உன் அபிப்பிராயத்தைக் கொஞ்சநாள் தள்ளிப்போடு அண்ணா. அதுவரைக்கும் உன் நண்பர் காத்திருந்து எனக்கும் யோகமிருந்தா, நடக்கட்டும்!"

"ஆமாண்டா சங்கர்."

"உன் நண்பர் வர்றது இருக்கட்டும். கல்யாணம்னா குறைஞ்சபட்ச செலவு இருக்கேண்ணா. எப்படி பணம் புரட்டுவே?"

"ஆபீஸ், நண்பர்கள்ன்னு கடன் நிறைய வாங்கத்தான் வேணும். பயந்தா நடக்குமா காதம்பரி? நீ மூத்தவள்... இன்னும் இரண்டுபேர் கீழே உண்டு. இதுக்கே மிரண்டா?"

"உனக்குள்ள பொறுப்புகூட உங்கப்பாவுக்கு இல்லாம போச்சேடா சங்கர்!"

"எதுக்கு வீண் சச்சரவு?"

"உன்னால இந்த ஊருக்கு மாற்றல் வாங்கிட்டு வர முடியாதா சங்கர்?"

"கிடைக்காதேம்மா!"

"எத்தனை நாள் ஓட்டல் சாப்பாட்டை சாப்பிட்டுட்டு இருக்க முடியும் உன்னால?"

"அதையெல்லாம் பார்த்தா முடியுமாம்மா?"

"சரி! பயணக் களைப்பு இருக்கும். படுத்துத் தூங்கு நீ"

"உன் பெட்டிகளை உள்ளே வச்சிரட்டுமா அண்ணா?"

"ம்...!"

"இதென்ன பெட்டி அண்ணா? பூட்டியே கிடக்கு!"

"ஆபீஸ் ஃபைல்கள். எல்லாம் அந்தரங்கமானது. அதுதான் பத்திரமா பூட்டி வெச்சிருக்கேன்!"

எடுத்துக்கொண்டு போய் உள்ளே வைத்தாள்.

மதியம் ஒரு மணிக்கு காதம்பரி புறப்பட்டுப் போய் விட்டாள்.

அப்பா கீழே வந்தார்.

“சங்கர் தூங்கிட்டானா?”

“ம்...! என்ன வேணும்?”

“சம்பளப் பணம் முழுக்கத் தந்தானா?”

“எப்பவும் அனுப்பற மாதிரி ஆயிரத்து நானூறு ரூபாய் தந்திருக்கான். ஏன்?”

“அதுக்கு பட்ஜெட் போட்டிருப்பியே!”

“போட்டாச்சு.”

“என் கைச் செலவுக்கு முன்னூறு ரூபாய் எடு!”

“முன்னூறா எதுக்கு?”

“இதென்ன கேள்வி? ஒரு மனுஷனுக்கு செலவு வரக் கூடாதா? கொண்டா பணத்தை?”

“தபாருங்க! சீட்டாட்டத்துல ரம்மில நீங்க பணத்தை விட்டது போதும். என் பிள்ளை உழைச்சு சம்பாதிக்கற பணம் சூதாட்டத்துல தொலைய நான் அனுமதிக்க மாட்டேன்!”

“விளையாடறியா?”

“ஆமாம்! விளையாடற வயசும் மனசும்தான் எனக்கு. நீங்க சம்பாதிச்சு அந்தப் பணத்தை சூதாடினாக்கூட நியாயமில்லை. குழந்தை சம்பாதிக்கறதைத் தொட நமக்கு உரிமையில்லை!”

“அம்மா!”

“சங்கர் கூப்பிடறான்!”

அவர் சட்டென மாடிக்குப் போய் விட்டார்.

“என்னப்பா?”

அம்மா உள்ளே வந்தாள்.

"அப்பா கேக்கற பணத்தைக் குடுத்துடு!"

"சங்கர்... நீ?"

"என் காதுல எல்லாம் விழுந்தது."

"அப்பா எப்பவாவது பணம் வச்சு சீட்டு விளையாடுவார். ரொம்பத் தொலைக்கமாட்டார்."

"அம்மா உன்னையே நீயேன் ஏமாத்திக்கறே? அப்பா சூதாடுவார். குடிப்பார். இப்படி எல்லா கல்யாண குணங்களும் அவருக்கு உண்டுன்னு எனக்குத் தெரியும். அதனாலதான் எதிலும் அவரால நிலைக்க முடியலை. அதை வெளில சொல்ல முடியாது. அதனால முன்கோபம், ரோஷம், சுயமரியாதைன்னு வேஷம் கட்டிக்கறார். சரி! விடு! தங்கைகளுக்கு இதெல்லாம் தெரிய வேண்டாம். தகப்பன்னு ஒருத்தர் இருந்தாத்தான் குடும்பத்துக்கு கௌரவம். அதுக்கு நாம் தரவேண்டிய விலை இந்த முன்னூறு ரூபாய்ன்னு நினைச்சுக்கோ!"

"சங்கர்!"

"பணம் பத்தலைன்னா, நாளைக்கே நான் ஏற்பாடு பண்றேன். நீ போம்மா!"

அம்மா அவனைக் கை கூப்பித் தொழுதாள்.

"நீ புள்ளையா பிறக்க நான் புண்ணியம் பண்ணியிருக்கேண்டா சங்கர்!"

"பெரிய வார்த்தைகள் வேண்டாம்மா! மூணு தங்கைகளையும் நல்ல இடத்துல ஒப்படைக்கற வரைக்கும் அப்பாவைப் பொறுத்துக்கத்தான் வேணும்!"

மற்ற தங்கைகள் இருவரும் மாலை வந்துவிட்டார்கள்.

அரை மணி நேரத்துக்கு அண்ணாவை விடவில்லை.

மறுநாள் காலை.

"அம்மா நான் புறப்படறேன். வர நேரமாகும்."

“உன் ஸ்நேகிதன்?”

“இப்ப அப்பா “மூட்” சரியில்லையே! காதம்பரி சொன்ன மாதிரி கொஞ்சம் ஆறப் போடலாம்!”

“சரிப்பா!”

சங்கர் புறப்பட்டு விட்டான்.

ஆட்டோ பிடித்து அவன் விலக,

“பாத்தியா அவனை? பஸ்ல போனா போதாதா! துரை ஆட்டோலதான் போவாரா?”

“ஆபீஸ்ல தர்றாங்க. செலவு பண்றான் அதையும் மிச்சம் புடிச்சு வீட்ல தந்தா, வேற வழியால வெளில போகும். குழந்தையாவது அதை அனுபவிக்கட்டுமே!”

அவர் முறைத்துவிட்டு விலக,

காதம்பரி அழைத்தாள்.

“அம்மா!”

“என்னடீ?”

“இங்கே வாயேன்!”

“சொல்லும்மா! என்ன ரகசியம்?”

“நாலு நாளா ப்ளீடிங் அதிகமா இருக்கு. நிக்கவே இல்லை. டாக்டர்கிட்டப் போகணும்மா மயக்கமா வருது எனக்கு!”

“மாசம் பொறந்தா உனக்கு இது ஒரு தொல்லை.”

“பொண்ணா பொறந்ததே பாவம்மா!”

“சரி சரி! சாயங்காலம் போகலாம். இருக்கற பணத்தை டாக்டருக்கும் பங்கு வச்சா நான் எங்கே போவேன்?”

“நான் என்னம்மா செய்வேன்?”

“சங்கர் வரட்டும் சாயங்காலம். சொல்றேன்.”

"இப்படி போட்டு நாம எல்லாருமா புடுங்கினா, அண்ணா நாளைக்கே திரும்பிப் போயிடுவான்."

"இல்லைனாலும் அவனுக்கு ஒருநாள் வெறுத்துத்தான் போகும். நான் ரொம்ப கவலைப்படறேன்!"

அம்மா வெளியே போக,

காதம்பரி அந்த அறையை பெருக்கினாள். கீழே இருந்த சங்கரின் பெட்டியை எடுத்து ஷெல்ப்பில் வைக்கலாம் என்று தூக்கினாள். அடியில் இருந்த கரப்பான் பூச்சி ஒன்று கைகளில் ஓட, பதட்டத்துடன் பெட்டியை கை நழுவ விட்டாள்.

அது பிளந்து துணிமணிகள் சிதறின.

"என்னடீ காதம்பரி?"

"ஒண்ணுமில்லை. நீ உன் வேலையைப் பாரு."

பெட்டியை சரியாக வைத்து கீழே விழுந்தவைகளை அடுக்கத் தொடங்கினாள்.

வேட்டி மடிப்பில் ஒரு காகிதப் பொட்டலம் நீள் சதுரமாக

"என்ன இது?"

ஆர்வத்துடன் அதைப் பிரித்தாள் அவசரமாக.

காகிதங்களை விலக்க, மிரண்டாள்.

அது ஒரு ஐநூறு ரூபாய்க் கட்டு, புத்தம் புதிதாக. "ஐம்பதாயிரம் ரூபாயா?" "அண்ணாவுக்கு இவ்வளவு பணம் ஏது?"

***

2

நனைந்து போன கனவுகள் நசுங்கிவிட்ட நம்பிக்கைகள் நயவஞ்சகத்தின் நண்டுப்பிடி நாட்காட்டியின் ஓலங்கள் நாலுக்கும் மத்தியில் நம்பிக்கையின் விளிம்பு நாளைக்கும் நிலவு வரும்.

"பயந்துட்டியா காதம்பரி?"

பின்னால் குரல் கேட்டுத் திரும்பினாள் காதம்பரி. சங்கர் நின்று கொண்டிருந்தான்.

"அண்ணா!"

"புத்தம்புது ஐநூறு ரூபாய்க் கட்டைப் பார்த்ததும், அண்ணன் அயோக்யனா மாறிட்டான்னு நடுங்கிப் போயிட்டியோ? இது கம்பெனி கேஷ். கணக்குல வராத பணம். செக்போட முடியாது. அதான் ரொக்கம்."

காதம்பரி பெருமூச்சு விட்டாள்.

அம்மா உள்ளே வந்தாள்.

"நல்ல காலம். உங்கப்பா இல்லை. இருந்திருந்தா இதுக்கும் ஒரு விதண்டாவாதம் பண்ணியிருப்பார்!"

"இந்த ரொக்கத்தை எடுத்துட்டுப் போகத்தான் வந்தேன் நான்!"

சங்கர் போய்விட்டான்.

"அம்மா! எனக்கும் ஆபீசுக்கு நேரமாச்சு, புறப்படறேன்!"

"காதம்பரி!"

"என்னம்மா?"

"இதுமாதிரி ஷிஃப்ட் ட்யூட்டி எல்லாம் வேண்டாம்டி. நீ வீடு திரும்ப ராத்திரி பத்தரையாகும்போது பயம்மா இருக்கு!"

"ஏம்மா? என்ன பயம்? ஆபீஸ் வேன்ல கொண்டுவந்து விட்டுட்டுப் போறாங்க. என்னோட இன்னும் ஏழெட்டுப் பெண்கள். எக்ஸ்போர்ட் கம்பெனி தானேம்மா எதுக்கு பயம்?"

பஸ் பிடித்து காதம்பரி அலுவலகம் வந்து சேர்ந்தாள். தன் இருப்பிடத்தை சரி செய்து அவள் வேலையைத் துவங்க,

எதிரே நிழலாடியது.

நிமிர்ந்தாள்.

இஸ்மாயில் நின்று கொண்டிருந்தான்.

"இந்தாங்க நேத்து நீங்க தந்த புத்தகம்!"

"அதுக்குள்ள படிச்சாச்சா? காண்டேகர் புத்தகம் ஒரு நாள் படிக்கறது அத்தனை சுலபமில்லைங்க!"

"நான் பேய்! ஒரு நாளைக்கு நாலு புத்தகம் படிப்பேன்!"

"மேம்போக்கான படிப்பா?"

"வேறெப்படி புத்தகம் படிக்கறது?"

"பொழுது போக்காப் படிக்கணும்னா காண்டேகரை நீங்க படிச்சிருக்க வேண்டாம்!"

"ஏன்?"

"கனமான இலக்கியத்துல, பொழுது எப்படிப் போகும்?"

"ம்! கொஞ்சம் போரடிச்ச மாதிரி இருந்தது."

"படிக்க ஆசைப்படறவங்க நுனிப்புல் மேஞ்சா படிப்புல என்ன ருசி இருக்கும்? உங்களைப் பார்த்தா கோவம் வருது இஸ்மாயில் எனக்கு!"

அவளையே பார்த்துக் கொண்டிருந்தான் இஸ்மாயில்.

“ஏன் அப்படிப் பார்க்கறீங்க?”

“நீங்க, உங்க பேச்சு, ரசனை எல்லாமே நல்லா இருக்குங்க காதம்பரி. உங்க பேச்சைக் கேட்டா பத்து புத்தகங்கள் படிச்ச பலன் கிடைக்குது. எப்படி கத்துக்கிட்டீங்க இத்தனை விஷயங்களை? உங்கப்பா, அம்மா இலக்கியத்துல பெரிய நாட்டமுள்ளவங்களா?”

கலகலவென சிரித்தாள் காதம்பரி.

“ஏன்?”

“அப்பா ரசனையே கொஞ்சமும் இல்லாத முன்கோபத்தோட மூத்த பிரதிநிதி. அம்மா... சதா வேதனைப்படற நடுத்தர வர்க்கத்தோட நடமாட்ற ஜடம்.”

“காதம்பரி! காயப்படுத்திட்டேனா உங்களை?”

“இல்லைங்க இஸ்மாயில்! இதுமாதிரிப் பேச எனக்கும் யாராவது ஒருத்தர் வேண்டாமா? வீட்டுக்குப் போகும்போது என் மனசையும் கழட்டி வச்சிட்டுப் போக வேண்டியிருக்கு!”

“எங்கே காதம்பரி?”

“ஆபீஸ்ல அதை வைக்கவும் பயம்மா இருக்கு!”

“களவு போகுமேன்னா?”

திரும்பவும் கலகலவென சிரித்தாள் காதம்பரி.

“சரி! இன்னிக்கு என்ன புத்தகம்?”

“மரப்பசு படிச்சதுண்டா?- தி. ஜானகிராமனின் கதை!”

“குடுங்க!”

“இதையாவது கொஞ்சம் ஊன்றிப் படிங்க. நாளைக்கு இதுல வர்ற “அம்மணி” காரெக்டரை நீங்க விமர்சனம் பண்ணனும். ஓக்கே?”

“சரி காதம்பரி!” அவன் விடை பெற்றான்.

தன் வேலையைத் தொடங்கிவிட்டாள் காதம்பரி... யோசித்தபோது ஒருமாதிரி அலுப்பாக இருந்தது.

சகல கெட்ட குணங்களும் உள்ள பொறுப்பில்லாத அப்பா! சதா வேதனை சுமக்கும் அம்மா... குருவி தலையில் பனங்காயாக அண்ணாவின் மிதமிஞ்சிய பொறுப்புகள்...

இப்போதே வயதாகி விட்டதைப்போல் ஒரு உணர்வு.

மூன்று பெண்கள். நான் மூத்தவள்!

என்றைக்கு விடியும் எங்களுக்கெல்லாம்?

விடியலை நோக்கிக் காத்திருக்கும் வினோதப் பறவைகள்!

விளக்கு கொண்டு வருவான் அண்ணா என்ற நம்பிக்கை!

காதம்பரிக்கு நல்ல இலக்கியம், துல்லியமான ஓவியங்கள், ரசனை மிகுந்த ஆன்மிகச் சொற்பொழிவு. இயற்கையின் வனப்புகள் என்று சகலத்திலும் ஈடுபாடு உண்டு.

ஜன்னல் வழியாக வெட்டவெளியில் பறக்கும் காக்கையை அதன் கடைசிப் புள்ளி தேயும்வரை சலிக்காமல் கவனிப்பாள்.

மழைத்துளி விழுந்து வட்டங்கள் பெரிதாவதை களிப்புடன் ரசிப்பாள்.

மண் வாசனை, பெட்ரோல் மணம், வெண்ணை உருகும் நாற்றம் எல்லாம் பிடித்த வினோதப் பிறவி காதம்பரி!

அவளது எல்லா ரசனைகளுக்கும் ஒட்டுமொத்த வடிகால் அலுவலகத்தில் உள்ள இந்த இஸ்மாயில் மட்டும்தான்.

அதையே ஒருமாதிரி ஏடாகூடமாகப் பார்க்கும் கண்கள்!

அலுவலக வேலை முடியும்போது மணி இரவு ஒன்பதே முக்கால். வாசலில் வேன் காத்திருந்தது. ஏறிக்கொண்டாள்.

அரை மணி நேரத்தில் வீட்டு வாசலில் காதம்பரியை உதிர்த்துவிட்டு அது விலக, கதவைத் தட்டினாள். ஐந்து நிமிடத் தாமதம். அம்மா வந்து திறந்தாள்.

சாப்பாட்டை முடித்துக்கொண்டு காதம்பரி படுக்க வரும்போது மணி பதினொன்று. எல்லோரும் உறக்கத்தில், விளக்கை அணைத்துவிட்டு கண்களை மூடிக்கொண்டாள் காதம்பரி.

சரியாக இருபது நிமிடம். உள்ளே காலடி ஓசை. கண்களை விழிக்கவில்லை காதம்பரி. புலன்களுக்குப் புரிந்தது.

அப்பா, அம்மாவை அழைக்க வந்துவிட்டார். இந்த வயதிலும் எதையும், நிராகரிக்க அப்பாவால் முடிவதில்லை. அம்மாவுக்குப் பிடிப்பதில்லை. மறுத்தால், பிரச்னை. அப்பாவின் விசுவரூபம் பெரிதாகும்.

பலத்த குற்ற உணர்வோடு அம்மா எழுந்து போகும் காலடி ஓசை.

“இது மனோகரி, ரஞ்சனிக்கெல்லாம் தெரியுமா?”

“அட எனக்குத் தெரியும் என்பது அம்மாவுக்குத் தெரியுமா? தெரிந்திருக்காது. மூன்று வயது வந்த பெண்களை வைத்துக்கொண்டு அம்மா எத்தனை கூசிப் போவாள்?” - மனித உறவுகள் ஒரு காலகட்டம் வரையில்தான் ஆனந்தம். அதன் பிறகு அதுவே ஏன் அருவருப்பாக மாறிப் போகிறது?”

எல்லைகளைத் தாண்டும் காரணத்தினாலா?

அதிர்ச்சியாக இருந்தது காதம்பரிக்கு.

“எனக்கு மட்டும் எதற்காக இந்தப் பாழாய்ப்போன சிந்தனைகள்? இது நல்லதா? இல்லை என்னை அழிக்கும் ஆயுதமா?”

“உறங்கு!”

“முடியாது” என்றது உள்ளம்.

நள்ளிரவு கடந்தும் விழித்திருந்து காலை மூன்று மணிக்கு உறங்கிப் போனாள் நாயின் ஊளைகளுக்கு மத்தியில்,

“காதம்பரி...”

அம்மா உலுக்கி எழுப்புவது தெரிந்தது.

“என்னம்மா!” திறந்தபோது கண்கள் எரிந்தது.

“மாமா வந்திருக்கார்.”

“என்னவாம்?”

“உனக்கு ஒரு வரன் கொண்டு வந்திருக்கார். அப்பாகிட்ட பேசிட்டு இருக்கார். எழுந்து பல்லைத் தேச்சிட்டு வா!”

பல் தேய்த்து முகம் துடைத்தபடி வந்தாள்.

“வாங்க மாமா!”

நல்ல இடம். நம்ம காதம்பரியோட ஜாதகம் பிரமாதமா பொருந்துது. பிஸினஸ்ல நல்ல பணம் அந்தப் பையனுக்கு. இவ போட்டோ பிடிச்சிருக்கு எல்லாருக்கும். பெண் பார்க்க வரச்சொல்லி லெட்டர் போடலாமா?”

“அதெல்லாம் இருக்கட்டும். நீ சொல்றதைப் பார்த்தா பணக்கார சம்பந்தமா இருக்கும் போலிருக்கே! நிறைய எதிர்பார்ப்பாங்க?”

“அப்படியில்லை அத்தான். அவங்களுக்குப் பேராசை இல்லை. செய்யறதை ஒழுங்கா செய்யணும்னு எதிர்பார்ப்பாங்க.”

“சரி லட்சுமணா! நம்ம சக்தி இவ்ளோதான்னு தெரிவிக்க வேண்டாமா?”

“அதை எப்படிக்கா சொல்ல முடியும்? கடனை உடனை வாங்கியாவது கட்டிக் கொடுக்க வேண்டியது தான்!”

“நீ சொல்லிடுவே! பத்தலைன்னா தருவியா?”

அப்பா “‘வெடுக்’”கென கேட்க, மாமாவின் முகம் தொங்கிப் போனது.

“அவன் எங்கே போவான்? மனசு இருக்கு. அவனுக்கே பெரிய குடும்பம். வாய்க்கும், வயித்துக்கும் பத்தலை!”

“மாமா!”

சங்கர் வந்தான்.

“அட! அட நீ வந்திருக்கியா கண்ணா?”

“அவங்களை பெண் பார்க்க வரச் சொல்லுங்க. கடன்பட்டாவது கேட்டதை தந்துரலாம்!”

“கடனை எப்படி திருப்பி அடைப்பே?”

“எல்லாத்தையும் இப்பவே சொல்ல முடியுமாப்பா? நடுத்தரக் குடும்பத்துல நாளையப் பொழுதைத் தீர்மானிக்க யாராலும் முடியாது. திட்டம் போட்டு வாழற அளவுக்கு வசதி இருந்தா, நாம ஏன் இத்தனை கஷ்டப்படறம்?”

“என்னைக் குத்தறியா?”

“அய்யோ இல்லைப்பா!”

“நீ கடன் வாங்குவே. கண்டவன் முன்னால பல் இளிப்பே! நான் மானங்கெட்டவன் இல்லை. அடைக்க வழியிருந்தாத்தான் வாங்குவேன்!”

“நடு வீட்ல ஒக்காந்து என்ன வேணும்னா பேசலாம். நாலு காசு சம்பாதிக்கும்போது தானே அந்த கஷ்டம் தெரியும்!”

“உன் தம்பியும், பிள்ளையும் இருக்கற திமிரா. எல்லாரும் போயிட்டா நான் தாண்டி வேணும் உனக்கு!”

அம்மா உள்ளே வந்து விட்டாள்.

“நீ வேண்டாமே! உன்னை மாதிரி ஒரு புருஷன்கூட குடித்தனம் பண்றதைவிட குளத்துல விழுந்து சாகலாம். கேடுகெட்ட ஜென்மம்!”

“அப்ப நான் புறப்படறேன். பெண் பார்க்க வரச் சொல்லட்டுமா சங்கர்!”

“நாளைக்கே வரவழைக்க முடியுமா மாமா? நாளை மறுநாள் சாயங்காலம் நான் புறப்படணும்!”

“கண்டிப்பா. நானே வந்து தகவல் சொல்றேன்!” மாமா போய்விட்டார்.

“ஏன் நீ போயிட்டா, நாங்கள்ளாம் இல்லையா?”

“நீ இருந்து என்ன உபயோகம்? நடு வீட்ல உட்கார்ந்து நடக்கவிடாம தடுப்பே!”

அம்மா வெளியில் சொல்ல முடியாமல் குமுறிக் கொண்டிருந்தாள்.

சங்கர் உள்ளே வந்தான்.

“அண்ணா!”

“என்ன காதம்பரி?”

“பிஸினஸ்மேனாம். பணக்கார சம்பந்தமாம். தாங்குமா நம்ம சக்திக்கு?”

“பேசிப் பார்த்தா தெரியுது!”

“ஆழம் தெரியாம காலை விட்ராதே சங்கர் அவசரப்பட்டு. இன்னும் ரெண்டு பேர் இருக்காங்களே!”

“அது அப்புறம் தானேம்மா! நீ தைரியமா இரு! நான் கேட்டா எத்தனை வேணும்னாலும் கடன் கிடைக்கும். பணிவும், அடக்கமும் இருந்தா நம்மமேல மத்தவங்களுக்கு நம்பிக்கை தானா வரும்மா!”

“உங்கப்பாவுக்கு புரியாத சங்கதிகள்!”

“உள்ள மூணு பேருமா என்னடீ மீட்டிங்?”

“பொறுக்காது! பொம்பளை குணம்.”

“ஒண்ணுமில்லை. வந்துட்டேன்!”

எரிச்சலுடன் அம்மா வெளிப்பட்டாள். அவரை நோக்கி வரும்போதே மானசீகமாக ஒரு சவுக்குடன் வந்தாள் அம்மா.

அவரைக் கட்டி வைத்து விளாசினாள்.

அம்மாவுக்கு கற்பனையில் அப்பாவைத் தண்டிப்பது தான் வடிகால். ஆவேசம் தாள முடியாதபோது கற்பனை நீளும். அதில் சகல சித்திரவதைகளையும் செய்து சந்தோஷப்படுவாள்.

நிஜத்தில் நடக்காது! நடமாடும் பெண் அடிமை!

மாமா வந்து அன்று இரவே தகவல் சொல்ல, மறுநாள் மதியம் மூன்று மணிக்கு அவர்கள் காதம்பரியைப் பார்க்க வருவதாகத் தகவல்.

"த பாரு! நீதான் பெரிசா கல்யாணம் நடத்திக் கிழிக்கப் போறே. நான் அவங்ககூடப் பேசலாமா? இல்லை, அதையும் நீதான் பேசப் போறியா?"

"நீங்க என்ன பேச முடியும்? உங்க கையில் என்ன இருக்கு?"

அப்பா கால்களை உதைத்துக் கொண்டு எழுந்தார்.

"நானும் பார்க்கறேன்... அளவுக்கு மீறிப் போறியாடி?" நான் இந்த வீட்ல இருக்கணுமா? வேண்டாமா?

"போயேன்! உனக்கேது நாதி உன்னை ஒக்கார வெச்சு எவனாவது ஒருவேளை சோறு போடுவானா? நாறிப்போய் தன்னால் இங்கதானே வருவே! என்ன ஜம்பம் வேண்டிக்கிடக்கு?"

"அம்மா! நீயாவது கொஞ்சம் சும்மாரேன்! அப்பா நீங்க இருக்கும்போது, நான் பேசுவேனா? என்ன செய்ய முடியும்னு சொல்ல வேண்டாமா, நான்?"

"ஆமாம் நீதானே சம்பாதிக்கிறாய். அதனால் நீதான் அதைச் சொல்லியாகணும். சொல்லிக்கோ! நடத்திக்கோ! உங்க விவகாரத்துக்கே நான் வரலை!"

"'விருட்'"டென சட்டையை மாட்டிக்கொண்டு வெளியே போய்விட்டார்.

காதம்பரி வெளியே வந்தாள்.

"என்னம்மா இது? அவங்க வர்ற நேரத்துல் இவர் இல்லைன்னா?"

"இருக்கக் கூடாது. இல்லைன்னா, சங்கர் பேசலாம். பிரச்னையில்லாம கல்யாணம் முடிவாகும். அவர் இருந்து என்ன ஆகணும் இப்ப?"

சரியாக மூன்று முடிந்து பத்து நிமிடத்தில் வாசலில் டாக்ஸி வந்து நின்றது. நாலைந்து பேர் இறங்கினார்கள். சங்கரும், அம்மாவும் வாசலில் போய் வரவேற்றார்கள்.

அத்தனை பேரையும் உட்கார வைத்தார்கள். செம்பில் நீர் கொண்டுவந்து தந்தாள் கடைசிப் பெண் ரஞ்சனி

ஒரு வயதான அம்மாள் வைர மூக்குத்தி ஜொலிக்க, இரண்டு நடுத்தரப் பிராயத்துப் பெண்கள், தவிர மாப்பிள்ளை கோபாலும் அவரது அக்கா வீட்டுக்காரரும்.

"உங்க வீட்டுக்காரர் இல்லையா?"

"அவர் சமூக சேவைன்னு அலையறவர். நேத்திக்கு என் தம்பி வந்து சொன்னப்பவே அவர் வீட்ல இல்லை. சீக்கிரம் வந்துடுவார்னு நினைக்கறேன். இது என் பிள்ளை சங்கர்!"

சங்கர் வணங்கினான்.

"உங்க பெண்ணை வரச் சொல்லுங்கோ!"

காதம்பரி அழைத்து வரப்பட்டாள். நமஸ்கரித்தாள்.

"உட்காரு இப்படி! பாடுவியா?"

"ம்..! மூணு வருஷம் படிச்சிருக்கேன்."

"நிதி சால சுகமா பாடு காதம்பரி!" அம்மா மெல்லிய குரலில் சொன்னாள்

"வேண்டாம். தெரியுமான்னு கேட்டேன். பாட்டும் கூத்தும் நம்ம மாதிரி குடும்பங்களுக்கு ஏன்? அதெல்லாம் கோபாலுக்குப் பிடிக்காது."

காதம்பரி அரைப் பார்வையில் கோபாலை அளந்தாள்.

"உலகத்து அகம்பாவமெல்லாம் என்னிடம்தான் உள்ளது" என்ற தினுசில் உட்கார்ந்திருந்தான் கோபால்.

"வேலைக்குப் போறியா?"

"ம்..!"

"பொம்மனாட்டி வேலைக்குப் போறதை அவமானமா நினைக்கற குடும்பம் எங்களது. ராஜினாமா பண்ணிடு!"

"இன்னும் கல்யாணமே முடிவாகவில்லையே! அதற்குள் இத்தனை அடக்கு முறையா?" காதம்பரிக்கு சுருசுருவென ஒரு எரிச்சல் படர்ந்தது.

"எனக்குப் பிடிச்சிருக்கு. எனக்கு சம்மதம்னா என் பிள்ளைக்கும் சம்மதம்தான்!"

சங்கர், கோபாலின் முகத்தைப் பார்த்தான்.

ரேஷன் கடையில் மண்ணெண்ணெய் வரிசையில் நிற்கும் மனிதனைப்போல ஒரு வறண்ட முகபாவம்.

"சரி! மேற்கொண்டு பேசலாமா?"

"டிபன் கொண்டு வரலாமா?"

"பேச்சுவார்த்தை முடிஞ்ச பின்னாலதான் கை நனைப்போம்!"

"சொல்லுங்கோ!"

"உங்க வீட்டுக்காரர் வேண்டாமா?"

"சங்கர் இருக்கானே! அவன் என்ன சொன்னாலும் அவருக்கு சம்மதம்தான்!"

நகை, துணிமணிகள், பாத்திரங்கள், வரதட்சணை, கல்யாணச் செலவு என்று ஒரு பட்டியலே போட்டுக் கொண்டு போனாள் கோபாலின் அம்மா.

முடித்தாள்.

"இதுக்குமேல ஒரு பைசாகூட வேண்டாம். குறைஞ்சாலும் ஒப்புக்கமாட்டேன் நான்!"

"நான் என் பிள்ளைகூட தனியாக் கொஞ்சம் பேசணும்!"

"பேசுங்களேன்!"

"சங்கர் உள்ளே வா!"

எழுந்து வந்தான் சங்கர்.

"முடியுமாப்பா? அந்தம்மா கேட்ட அத்தனையும் நடத்த நமக்கு சக்தியிருக்கா?"

"முடியணும்மா. அந்தம்மா கேட்ட எதுவுமே அதிகமில்லை. அவங்க பிள்ளையோட தகுதிக்கு அது குறைச்சல்தான்."

"நம்மகிட்ட இல்லையேடா!"

"அது யார் தப்பும்மா? எங்ககிட்ட இல்லைன்னுபோய் கூட்டத்துல சொல்ல முடியுமா? பின்ன ஏன் பெண்ணை வளர்த்து வச்சிருக்கேன்னு கேக்க மாட்டாங்களா?"

"சங்கர்!"

"ஒப்புக்கலாம்மா! நான் கடன் வாங்கறேன்."

"திருப்பிக் கட்ட முடியுமாப்பா? உன் ஒருத்தனால இத்தனை பாரம் சுமக்க முடியணுமே!"

"முடிஞ்சுதான் ஆகணும். வெளில வா!"

இருவரும் வந்தார்கள்.

"நீங்க கேட்டதை நாங்க குறைக்காம செய்யறம்"

அந்தம்மா முகம் மலர்ந்தாள். காதம்பரி எழுந்து உள்ளே வந்துவிட்டாள்.

"உங்கப்பா இன்னும் வரலியே! அவர் வந்துட்டா, நிச்சயதார்த்தம், எப்ப வச்சுக்கலாம்னு பேசி இப்பவே தேதி குறிச்சிட்டுப் போயிரலாம்!"

"அம்மா! டிபனைக் கொண்டு வா!"

அம்மாவும் ரஞ்சனியும் பிளேட்டுகளில் கேசரி, உருளைக்கிழங்கு போண்டா, எடுத்து வந்தார்கள்.

மனோகரி சட்னி எடுத்து வந்தாள்.

கோபால் கேசரியைத் தன் கையால் தொட்டுவிட்டு கீழே வைத்துவிட்டான்.

“ஏன்? மாப்ளை சாப்பிடலையா?”

“அவனுக்கு வேண்டாம்!”

“ஏன்? அவர் சாப்பிடாம போனா எப்படி?” சங்கர் மறுபடியும் கேட்டான்.

கோபால் அம்மா முகத்தைப் பார்த்தான்.

“ஏன்? என்ன சொல்ல நினைக்கிறார் மாப்பிள்ளை?” சங்கரும் விடவில்லை.

“அது எதுக்கு?”

“பரவால்ல சொல்லுங்க!”

“அவனுக்கு நாக்கு நாலு முழம். கேசரியில் நெய் சொட்டணும். இன்னொரு வீட்லபோய் அதையெல்லாம் எதிர்பாக்க முடியுமா! ஆனா அவன் ருசிக்குத் தக்க இல்லைன்னா ஒரு துளிகூட தொண்டையில இறங்காது!”

அந்தம்மா சொல்லும்போதே, அப்பா உள்ளே நுழைந்து கொண்டிருந்தார்.

“ஏம்மா? இது ஓட்டலா என்ன? வீடு! பிறத்தியார் வீட்லபோய் நெய் சொட்ட கேசரி வேணும்னு கேக்கற உங்க பிள்ளைக்கு வெக்க, மானம் இல்லையா?”

சங்கர் பதறிப் போனான்.

***

3

கடற்கரை மணலில் காலடிச் சுவடுகள் கண்ணீர் சிந்தும் காட்டு ரோஜாக்கள் கல்லில் நார் உரிக்கும் கணவர்கள் காலை நேரக் கஞ்சிக்குக் கவலை தாய்ப்பாலில்கூட கலப்படமா? நாளைக்கும் நிலவு வரும்!

“இவர் யாரு?”

“நீங்க உக்காருங்க மாப்பிள்ளை! ஸாரி வெரி ஸாரி இவர்தான் எங்கப்பா!”

“அப்பாவை அறிமுகப்படுத்த எதுக்குடா ஸாரி கேக்கறே? இந்தப் பாசாங்கு கும்பலுக்கு மத்தில நீ ஸாரி கேக்கற அளவுக்கு நான் மட்டமா போயிட்டனா?”

“அப்பா ப்ளீஸ்!”

அவர் சங்கரின் கதறலைக் காதில் வாங்கிக் கொள்ளவேயில்லை.

“நெய் சொட்ட ஒரு கேசரி ஓட்டல்ல போட்டா என்ன விலை தெரியுமா அதுக்கு? நீங்க பிஸினஸ் பண்றவங்க. நெய்ல முங்கிக் குளிக்கலாம். எங்களால முடியுமா?”

“சங்கர் உங்கப்பாவை உள்ள வரச்சொல்லுடா!” அம்மா கதறியே விட்டாள்.

“நாங்க வர்றம்! இனிமேலும் இங்கே சம்பந்தம் வச்சுக்க பைத்தியம் பிடிக்கலை எங்களுக்கு!”

“போங்களேன்! இன்னும் நாலு வீட்ல போய் பொண்ணு பார்த்து, பஜ்ஜில வாழைக்காய் பத்தலைன்னு விமர்சனம் பண்ணுங்க. எத்தனைபேர் கிளம்பியிருக்கீங்க இதுமாதிரி?”

ஒரு நொடியில் கூட்டம் காலியானது.

அம்மா ஒரு புயல்போல வெளியே வந்தாள். “சந்தோஷமா இப்ப?”

“பரம சந்தோஷம்!”

“இதைவிட உங்க பொண்ணை கிணத்துல பிடிச்சு தள்ளியிருக்கலாம்!”

“இந்த மானங்கெட்ட பயலுக்கு மனைவியாறதும், கிணத்துல விழறதும் ஏறத்தாழ ஒண்ணுதான். நெய் சொட்டணுமாமே நெய்.”

“அப்பா! இது நல்ல இடம்! நியாயமாப் பேசறாங்க. என்னா, கொஞ்சம் பந்தா இருக்கு. அம்மாவுக்கும் புள்ளைக்கும்!”

“இருந்தா என்னடா தப்பு சங்கர்? ஒண்ணுமேயில்லாத உங்களுக்கு ஒரு கல்யாணத்தை நிறுத்தற அளவுக்குத் திமிர் இருந்தா, எல்லாம் நிறைஞ்சவங்களுக்கு அது இருக்கக் கூடாதா?”

“யாரு ஒண்ணுமில்லாதவன்? நாக்கை அடக்குடி. நாயே!”

“அடக்கறேன். என்னையும், என் குழந்தைகளையும் உயிரோட புதைச்சிட்டு, அதுமேல மேடை போட்டு நடத்துங்க உங்க ராஜ தர்பாரை!”

காதம்பரி வெளியே வந்தாள்.

“நீயேன்மா கூச்சல் போடற? நாங்க குடுத்து வச்சது அவ்ளோதான். அண்ணா, தயவுசெஞ்சு இதுமாதிரி ஏற்பாடுகளைச் செஞ்சு இனிமே நீயும் அவமானப்படாதே! சில பெண்களுக்குத்தான் தாலிக்கு யோகம் இருக்கும். இந்தக் குடும்பத்துல அந்த யோகம் அம்மாவோட முடிஞ்சுபோச்சு!”

“இப்படியொரு தாலி என் கழுத்துல இருக்கறதைவிட அது இல்லாமலே இருந்திருக்கலாம். என் குழந்தைகளாவது வாழ்ந்திருக்கும்!”

“என்னடி சொல்ற? நான் செத்தாத்தான் இந்தக் குடும்பம் உருப்படும்னா?”

“நீ இருக்கறதும் செத்ததும் ஒண்ணுதானே!”

அவர் புறப்பட்டு மறுபடியும் வெளியே போய்விட, காதம்பரி மொட்டை மாடிக்குப் போய்விட்டாள்.

அம்மா அடக்கி வைத்திருந்த கண்ணீரைக் கொட்டித் தீர்த்தாள்.

“நீ அழுது என்னம்மா லாபம்?”

“எத்தனை நல்ல இடம்டா சங்கர். இப்படி பண்ணிட்டாரே பாவி!”

“அம்மா! நான் புறப்படறேன்!”

நீ போய் வேலைல சேரு சங்கர். வழக்கம்போல எந்திரமயமான நாட்கள். இனிமே உனக்கே இந்தக் குடும்பம் சலிச்சுப்போகும் ஒருநாள்!

“நான் புறப்படறேன்னு சொன்னது ஆபீசுக்கு இல்லை!”

“பின்ன?”

“அந்தப் பார்ட்டியைப் பார்த்துப் பேசறேன்!”

“திரும்பவும் அவமானப்படவா சங்கர்?”

“அம்மா, மனுஷனா பொறந்துட்டா, வாழற ஒவ்வொரு நாட்களும் மதிப்போ, அவமானமோ மாறி மாறி வந்துட்டுத்தான் இருக்கும் அதுக்காக நொறுங்கிப் போயிட முடியுமா?”

“நீ என்னப்பா சொல்றே?”

“அவங்களை சந்திச்சு எடுத்துச் சொல்றேன். புரிஞ்சுகிட்டா நம்ம முயற்சி தொடரட்டும். இல்லைன்னா இன்னொரு இடம்!”

“சங்கர்! நான் தினமும் என்ன வேண்டிக்கிறேன் தெரியுமா கடவுளை?”

“சொல்லும்மா!”

“சீக்கிரம் நான் விதவையாகணும்னு!”

“அம்மா!” சங்கர் அலறிவிட்டான். காதம்பரியும் சற்றே அதிர்ச்சியுடன் அதைக் கேட்டபடி உள்ளே வந்தாள்.

“என்னம்மா பேசறே நீ?”

“மனைவி ஸ்தானத்தைவிட தாய் ஸ்தானம் உசத்திடா சங்கர். பூமில பிறந்த ஒவ்வொரு பெண் ஜென்மமும் உயிர் வாழறதே தான் பெற்ற குழந்தைகளுக்காக. அந்தக் குழந்தைகளோட எதிர்காலத்தைக் கேள்விக் குறியாக்கறவன் புருஷனா இருந்தாலும், அந்தப் பெண் மன்னிக்கமாட்டா.”

“அம்மா!”

“இந்த மனுஷன்கூட வாழ்ந்து மனசால ஒருநாளும் சுகப்பட்டதில்லை நான். எனக்கு அந்த ஆசையும் இல்லை. யாருக்கும் உபயோகமில்லாத இவர் இருந்துதான் என்ன லாபம்?”

சங்கர் அம்மாவின் தோள்களில் கை பதித்தான்.

“போதும்மா! நீதான் எங்களுக்கு பலம். அதையும் இழக்க நாங்க தயாரா இல்லை. பொறுமையா இரு! நல்லதே நடக்கும்!”

சங்கர் அன்று இரவு புறப்பட்டுவிட்டான். மறுநாள் காலை எட்டரை மணிக்கு கோபாலின் வீட்டு விலாசத்தை எட்டிவிட்டான்.

கதவைத் தட்டினான்.

திறந்தது கோபால்.

“யார் நீங்க? ஓ.... சங்கர்! உள்ள வாங்க! அம்மா கொஞ்சம் வெளில வர்றியா?”

அம்மா வந்தாள்.

“நீயா? வாப்பா!”

சங்கர் கூச்சத்துடன் உட்கார்ந்தான்.

“உங்க பெருந்தன்மைக்காக என் வந்தனம்மா!”

"என்னப்பா சொல்ற?"

"இத்தனை நடந்தும், வாசல்ல வந்து நிக்கறவனை வான்னு வாய் நிறைய கூப்பிடறது பெருந்தன்மை இல்லையாம்மா?"

"அது மனிதப் பண்பு தம்பி! சம்பந்தம் நடக்காம இருக்கலாம். ஆனா நட்பு ரீதியா உன்னை வரவேற்க என்ன தடை? காபி கொண்டு வரச் சொல்றேன்!"

"இருக்கட்டும்மா, அதுக்கு முன்னால...!"

கோபால் வெளிப்பட்டான். நான் கடைக்குப் போறேன்மா.

"அவரும் இருந்தா...!"

"எதுவானாலும் எங்கம்மாகிட்ட பேசிக்குங்க. எனக்கு நேரமில்லை."

போய்விட்டான்.

"அம்மா என்னை மன்னிக்கணும். கொஞ்சம் பொறுமையா என் பேச்சைக் கேக்கணும். அப்புறம் நீங்க என்ன சொன்னாலும் நான் கட்டுப்படறேன்!"

"சொல்லுப்பா!"

"எங்கப்பா ஒரு முன்கோபி, கொஞ்சம் எக்ஸன்ட்ரிக். வீட்ல சொந்த மனைவி மக்கள்கிட்டக்கூட அனுசரணையா நடந்துக்க அவருக்குத் தெரியாது. அதுக்காக வெளில அதுமாதிரி நடந்துக்கிட்டா, அவரை யாரும் மன்னிக்க மாட்டாங்க. அதை நாங்க ஒப்புக்கறம்."

"நீ என்ன சொல்ல வர்றே?"

"தன் முன்கோபத்தால் எந்த ஒரு உத்யோகத்திலும் நிலைக்காம, குடும்பத்தையே துடுப்பில்லாத படகாக தத்தளிக்க விட்டார் அப்பா. கரை சேர்க்க அம்மாவால முடியலை. ஆனா மூழ்கவிடலை. இப்ப நான் துடுப்பு போட வந்துட்டேன். நேத்திக்கு அப்படி பேசின அவர் நாளைக்கும் அதே மாதிரித்தான் நடப்பார். அவர் காரணமா, அவர் செய்யற தப்புக்கெல்லாம்

நானும் அம்மாவும் சிலுவை சுமக்கத் தயாரா இருக்கோம். என் தங்கைகளும் பாதிக்கப்பட வேண்டாமேன்னு பாக்கறேன் நான்!"

"....."

"என் காதம்பரியை உங்களுக்குப் பிடிச்சிருந்தா, எங்க அம்மாவோட பொறுமையை நீங்க மதிச்சா, சொன்னதை நான் நிறைவேற்றுவேன்னு நீங்க நம்பினா, இந்தக் கல்யாணத்துக்கு நீங்க சம்மதம் தரலாம். இல்லை, பொறுப்பில்லாத அப்பா மட்டும் உங்களை உறுத்தினா, நல்ல ஒரு நண்பனா நான் உங்ககிட்ட உத்தரவு வாங்கிக்கறேன்!"

கோபாலின் அம்மா உள்ளே போய்விட்டாள்.

"இதற்கு என்ன அர்த்தம்?"

சங்கருக்குப் புரியவில்லை. நாலைந்து நிமிடங்கள் கழித்து வெளிப்பட்டாள் அம்மா.

ஒரு பிளேட்டில் ஏதோ ஒரு இனிப்பு உட்கார்ந்திருந்தது.

"இதை சாப்பிடு சங்கர்!"

"எதுக்கம்மா?"

"உன் காதம்பரி இந்த வீட்டு மருமகளா வரப் போறதுக்கு நான் தரக்கூடிய சம்மதம் இது!"

சங்கர் குபீரென எழுந்து விட்டான்.

"என் தங்கை குடுத்து வச்சவ! மனசைப் புரிஞ்சுக்கற ஒரு மாமியார் அமைஞ்சது அவ செஞ்ச புண்ணியம். அவளாவது இனி பவுர்ணமியைப் பார்க்கட்டும்! நான் வர்றேன்மா. தேதி குறிச்சதும் சொல்லி அனுப்பறேன்!"

சங்கர் உற்சாகமாய்ப் புறப்பட்டான்.

ஆனால்,

காதம்பரியின் வாழ்க்கை அத்தனை உற்சாகமாக அமையப் போவதில்லை என்பது அவனுக்கு அப்போது, தெரியாது.

“நான் வேலையை விட்டுத்தான் ஆகணுமா அண்ணா?”

“ஆமாம் காதம்பரி. கோபால் பிஸினஸ் பண்றார். நல்ல வசதியான குடும்பம். நீ சம்பாதிச்சுத்தான் ஆகணும்னு எதுவும் இல்லை. நீ வேலையை விடத்தான் வேணும்!”

“எனக்கு மாற்றல் கிடைக்க வாய்ப்பு இருக்கு அண்ணா!”

“திரும்பத் திரும்ப நீதான் காதம்பரி பிடிவாதமா இருக்கே? இந்தக் குடும்பத்துக்கு உன் பணம் அவசியமா இருந்தது. அவங்களுக்கு அது அவசியமில்லை. நீ என்னம்மா சொல்றே?”

“ஆமாண்டீ! உங்கப்பா அவங்களை அன்னிக்குப் படுத்தின அவமானத்துக்கு, சங்கர் கெஞ்சிக்கேட்டு திரும்பவும் சம்மதிக்க வச்சிருக்கான். அவங்க பெரிய மனசு பண்ணி ஒப்புகிட்டதே உசத்தி. இந்த நல்ல வரனை விட்டுட்டா திரும்பவும் இன்னொண்ணு அமையறது கஷ்டம் காதம்பரி!”

“அம்மா!”

“சொல்லு!”

“பெண்களுக்கு தன் கால்ல நிக்கவேண்டிய நிர்பந்தம் வந்தாச்சு. வாழ்க்கைல பிடிமானம் குறைஞ்சிட்டே வருது. பத்துக்கு எட்டுங்கற விகிதத்துல கல்யாண வாழ்க்கை தோல்வி அடையுது. இந்த நிலைல நான் வேலையை விடணுமா?”

“நீ என்ன பேசறே காதம்பரி? வாழ்க்கையோட வாசல்ல நிக்கும்போது முதல்ல நமக்கெல்லாம் தேவை நம்பிக்கை. இப்போ எதிர்மறையா சிந்திக்கத் தொடங்கினா, எப்படி உற்சாகமா ஒரு வாழ்க்கையை நீ தொடங்க முடியும்? சொல்லு!”

“நீ விட்றா! அப்பா ஒரு வகை வக்கிரம்னா, இவள் இன்னொரு வகை. பொம்மனாட்டி நிறையப் படிச்சாலே ஆபத்து. இவ எந்த நேரமும் புத்தகமும் கையுமாத்தான் இருப்பா. என் சொந்த அபிப்பிராயம், நிறையப் படிக்கப் படிக்க தெளிவு வராது. குழப்பம்தான் வரும். காதம்பரிக்கு அதுதான் இப்ப வந்திருக்கு!”

"அம்மா! என்னைக் கொஞ்சம் பேச விடு!"

"நீ நிறையப் பேசுடி! உன்னை நான் தடுக்கலை. அதுக்கு முன்னால நான் நாலு வார்த்தைகள் சொல்லிடறேன்."

"சொல்லும்மா!"

"பொறுப்பு கொஞ்சமும் இல்லாத ஒரு போக்கடாத் தகப்பன் இந்த வீட்ல. நீ மட்டுமில்லை இந்த வீட்ல. உனக்குப் பின்னால வளர்ந்து நிக்கற மனோகரி, ரஞ்ஜனி. மூணுபேரையும் வாழவச்சிட்டு சங்கர் நிமிர்ந்து பார்க்கும்போது கண்ணுல வெள்ளெழுத்து வந்துரும். அவனும் வாழணும் இல்லையா? அப்புறம் உன் இஷ்டம்."

அம்மா உள்ளே போய்விட்டாள்.

காதம்பரி ஒன்றும் பேசாமல் உட்கார்ந்திருந்தாள்.

சங்கர் அருகில் வந்தான்,

"ஏன் காதம்பரி.... உனக்கு இந்த வரன் பிடிக்கலையா?"

காதம்பரி யோசிக்கத் தொடங்கினாள்.

அம்மா சொல்வதும் ஒரு வகையில் சரிதான். மூத்தவளே முட்டுக்கட்டையாக நின்றால், பின்னால் வரும் பெண்களுக்கு ஒரு ஆரம்பம் வேண்டாமா? எல்லாக் கடமைகளையும் முடித்து சங்கர் என்றைக்கு வாழ்வது...

"'என் சுய விருப்பம், ரசனை, எதிர்பார்ப்புகள் இப்போது முக்கியமல்ல.'" யாரோ ஒருவன் கணவனாக வரவேண்டும்! அது கோபாலாகத்தான் இருக்கட்டுமே.

"காதம்பரி... என் கேள்விக்கு நீ பதில் சொல்லலை!"

"அ.. ஆங்! என்ன கேட்டே?"

"சரியாப்போச்சு. எங்கே உன் நினைப்பு?"

"உன்கிட்டத்தான். இதை நடத்த நீ எங்கெல்லாம் கடனுக்கு அலையணுமோனு கவலைப்படறேன்!"

"ஷ்! அந்தக் கவலை என்னுது. நான் ஏன் திரும்பவும் கோபால் வீட்லபோய் அவங்கம்மாவைக் கெஞ்சி இந்த வரனை முடிச்சேன் தெரியுமா? பெரிய இடம். நீ வசதியா வாழலாம், கோபாலும் பார்க்கக் களையா நல்லா இருக்கார்."

"ஆனா "பந்தா" அதிகமோ?"

"பந்தா பண்ற அளவுக்குத் தகுதி இருக்கம்மா! டவுன் மையத்துல பெரிய பலசரக்குக் கடை... அதுக்கு முதலாளியா இருக்கறவருக்கு குறைஞ்சபட்ச "பந்தா" வேண்டாமா?"

"அண்ணா! இந்த வரனை நான் மறுக்கலை. நிச்சயமா பண்ணிக்கறேன். ஆனாலும் சில கேள்விகள்!"

"கேளு காதம்பரி!"

"கோபாலுக்கு என்ன படிப்பு?"

"எஸ்ஸெல்சிதான்னு தரகர் சொன்னார். ஏன் நீ பட்டதாரினு பாக்கறியா? படிப்பு என்னம்மா படிப்பு? பட்டம் வாங்கிட்டும் உத்யோகத்துல சம்பாதிக்கற பணம் போதாம வாய்க்கும், வயித்துக்கும் போராடற ஆட்கள் இங்கே இல்லையா? வசதிதான் காதம்பரி முக்கியம். தொழிலதிபர்கள், பெரிய மனிதர்கள்னு ஒரு பட்டியல் போட்டா, படிப்பு குறைச்சலா உள்ளவங்கதான் அதிகம். புரியுதா?"

காதம்பரி பேசவில்லை.

"சொந்தமா பெரிய வீடு இருக்கு."

"அவருக்குக் கூடப் பிறந்தவங்க எத்தனை பேர்?"

"ரெண்டு அண்ணன்மார். ஒரு அக்கா, ஒரு தங்கச்சி.. சகோதரிகள் ரெண்டுபேரும் கல்யாணமானவங்க. ஒரு கணக்குக்குப் பார்த்தா அவங்க வீட்ல இது கடைசிக் கல்யாணம்,"

"கூட்டுக் குடும்பம்தானா?"

"ஆமாம். ஏன் கஷ்டமா?"

“நான் அதைச் சொல்லலை. மனிதர்களை விலக்கிட்டு ஒரு தீவா வாழணும்னு நான் என்னிக்குமே நினைச்சதில்லை அண்ணா!”

“பெரிய குடும்பம், வசதிகள் நிறைஞ்ச வாழ்க்கை, வீடு முழுக்க மனிதர்கள் மங்கலமா வாழறாங்க எனக்கென்னமோ இந்த இடம் ரொம்ப பிடிச்சிருக்கு காதம்பரி!”

காதம்பரி அதற்குமேல் பேசவில்லை.

வெகுநேரம் யோசனையில் இருந்தாள். மறுநாள் காலை அலுவலகம் வந்து விட்டாள். பத்தரை மணிக்கு அவள் இருப்பிடத்துக்கு வந்தான் இஸ்மாயில்.

“என்னாச்சு காதம்பரி?”

“அந்த வரன் நிச்சயமாயிடுச்சு இஸ்மாயில்!”

“அப்படியா? கன்கிராட்ஸ்! உனக்கொரு நல்ல வாழ்க்கை அமையணும்னு அல்லாவை நான் வேண்டாத நாட்கள் இல்லைமா!”

“தேங்க் யூ இஸ்மாயில். ஆனா அவருக்கு என்னைவிட படிப்பு குறைச்சல்.”

“இருந்தா என்னம்மா? நிறைய சம்பாதிக்கறார் இல்லையா? வருமானம் தான் ஒரு ஆணுக்கு இங்கே கௌரவம். நீ ஏன் இந்தக் கண்ணோட்டத்துல யோசிக்கக் கூடாது?”

“எப்படி இஸ்மாயில்?”

“அவர் மனசு கோணாம நடந்துக்கோ. உன் சொல்தான் வேதம்னு அவர் நினைக்கற அளவுக்கு உன் நெருக்கம் அமையட்டும் நீ வசதியான அக்கா, நாளைக்கு உன் ரெண்டு தங்கைகளைக் கரை சேர்க்க சங்கருக்கு நீ உதவலாம் இல்லையா?”

“இஸ்மாயில்!”

“ஆமாம் காதம்பரி! பிறந்த வீட்டுக்கு எப்பவுமே உபயோகமான மகளா நீ இருந்தா உன் பிறப்புக்கும் ஒரு அர்த்தம் வராதா?”

அவள் கண்களில் வெளிச்சம்.

"இஸ்மாயில்! கூட்டுக் குடும்பத்துல தனி மனித விருப்பங்கள் எடுபடுமா?"

"முதல்ல எடுபடாதுதான். அங்குள்ள மனிதர்களின் குணாதிசயங்களை கவனிச்சிட்டு உன்னை நீ ஸ்தாபிச்சுக்கோ. நிறையப் படிக்கற பெண். பட்டதாரி இசை, கலை, கலாச்சாரம்னு எல்லாம் தெரிஞ்ச ஒரு அற்புதமான பெண். வாழ்க்கையை எப்படி நடத்தணும்னு உனக்கு மத்தவங்க சொல்லித் தரணுமா காதம்பரி?"

அவள் ஆச்சர்யமாக இஸ்மாயிலைப் பார்த்தாள்.

எத்தனை உற்சாகமான வார்த்தைகள்!

எப்படி இத்தனை வசீகரமாகப் பேச முடிகிறது?

இந்த அபாரத் தெளிவும், வாழ்க்கையை நேர்க் கண்ணோட்டத்தில் அணுகும் அழகும் எத்தனை பேருக்கு வாய்க்கும்?

"நான் சொல்றது சரியாப்படலையா காதம்பரி உனக்கு?"

"நீங்க சொல்லி, எது தப்பா வந்திருக்கு இஸ்மாயில். கேட்கவே சந்தோஷமா இருக்கு!"

"அதை நடைமுறைல கொண்டு வர்றது உன் பொறுப்பு. புத்திசாலித்தனம் சாதிக்கும் காதம்பரி!"

அதற்குமேல் அவள் பேசவில்லை.

"அங்... மறந்துட்டேனே! இந்த ஆங்கிலக் கவிதைத் தொகுப்பு அபாராமா வந்திருக்கு. படிச்சுப் பாரேன்."

அதைக் கையில் வாங்கிப் பிரித்தாள்.

"ஆப்டிமிஸம்!" என்ற தலைப்பு.

"நேர் மறையான அணுகுமுறை என்று போதிக்கும் அற்புதமான தலைப்பு. உள்ளே முதல் கவிதையில் கண்களைப் பதித்தாள். சீராகத் தொடுக்கப்பட்ட ஆங்கில வார்த்தைகளை

சரமாகக் கட்டிக் கோர்க்கப்பட்ட கவிதை. படிக்கப் படிக்க சந்தோஷமாக இருந்தது."

இஸ்மாயில் கொண்டுவந்து தரும் புத்தகங்கள் எல்லாமே வாழ்வின் வெளிச்சப் பாதைக்கு விளக்கேற்றும் விதமாகத்தான் இருக்கும். அதில் இதுவும் இன்னொரு வகை,

இஸ்மாயில் போய் விட்டான்.

தன் வேலையை முடித்துவிட்டாள் காதம்பரி.

கோபாலின் உருவத்தை ஒருமுறை கண்களில் சேகரித்தாள். நல்ல உயரம்; எலுமிச்சை நிறத்துக்கும் சற்று மங்கல்; உயரத்துக்கேற்ற உடம்பு. அகன்ற கண்கள்... அதில் பூசிக்கிடக்கும் "பந்தா" கலந்த திமிர்.

நான் வசதியானவன் என்ற அகந்தை அந்தக் கண்களில்.

அகந்தை இருக்கலாமா?

இருக்கட்டுமே! யாருக்குத்தான் அது இங்கே இல்லை?

அப்பா நடுக்கூடத்தில் வைத்து அவமானப்படுத்தியும், சங்கரின் சொல்லுக்குக் கட்டுப்பட்டு, திருமணத்துக்கு சம்மதிக்க வேண்டுமென்றால், நிச்சயம் அது பெருந்தன்மையான குடும்பம்தான்.

"காதம்பரி!"

"அங்...!" சட்டெனக் கலைந்தாள்.

"உனக்கு போன்!"

எழுந்து போய் ரிசீவரை எடுத்தாள்.

"காதம்பரி! நான் சங்கர் பேசறேன். அம்மா கொல்லப்பக்க கிணற்றடியில் வழுக்கி விழுந்துட்டாங்க. தலையில கொஞ்சம் அடி!"

நர்ஸிங்ஹோம் வந்துவிட, பணத்தைத் தந்துவிட்டு உள்ளே ஓடினாள். சங்கர் எதிர்ப்பட்டான்.

“எப்படி இருக்கு அம்மாவுக்கு?”

“பின் மண்டைல அடிபட்டதால் ரத்த சேதம் நிறைய. ஆனா ரத்தத்துக்கு டாக்டர் ஏற்பாடு பண்ணியாச்சு. உள்ளே ஏத்திட்டு இருக்காங்க!”

“உயிருக்கு ஆபத்து இல்லையே?”

“இல்லை காதம்பரி டாக்டர் சொல்லிட்டார்.”

இருவரும் காத்திருந்தார்கள். மதியம் மற்ற தங்கைகள் இருவரும் வந்து விட்டார்கள்.

“அப்பா எங்கேக்கா?”

“நேத்திக்கு ராத்திரி போனவர், இன்னமும் வீடு திரும்பலை. போட்டுட்டு எங்கே விழுந்து கிடக்காரோ?”, சங்கர் சலிப்புடன் சொன்னான்.

“பொண்டாட்டிக்கு உயிராபத்து, அந்த விவரம் தெரியாம அவர் போதைல கரைஞ்சுகிட்டிருப்பார்.”

“தெரிஞ்சா மட்டும் இவர் வந்து என்ன கிழிக்கப் போறார்? வீட்ல இருந்தா அம்மாவுக்கு அவரால் தொல்லைதான். இங்கேயாவது நிம்மதியா இருக்கட்டும்.”

மறுநாள் காலை அப்பா நர்ஸிங்ஹோம் வந்தார். காதம்பரிதான் அப்போது அங்கே இருந்தாள்.

“நீ கொஞ்சம் வெளில இரு.”

மகளை வெளியேறச் சொல்லிவிட்டு அப்படியென்ன அந்தரங்கம் அம்மாவிடம்? அதுவும் ஆஸ்பத்திரியில்?

பத்து நிமிடங்கள் கழித்து வெளிப்பட்டார். அவர் முகம் கோபத்தில் சிவந்து கிடந்தது. ‘“விர்’”ரெனப் போய் விட்டார்,

காதம்பரி உள்ளே வந்தாள்.

“என்னம்மா... கோவமாப் போறார்?”

“பொண்டாட்டி படுத்துட்டாளேனு பாசத்தோட பார்க்க வரலை. ராட்சஸ ஜன்மம்!”

“அம்மா!”

“அவசரமா ஐநூறு ரூபா பணம் வேணுமாம். கல்யாணத்தை நிச்சயம் பண்ணிட்டு ஒரு குழந்தை அலைபாயுது அங்கே பணத்துக்கு. நான் வேற அடிபட்டுக் கிடக்கேன். இப்பவும் யாரைப்பத்தியும் கவலை இல்லைனா, என்னடீ அர்த்தம்? தாளமுடியலை! சொன்னேன் ஒரு வார்த்தை!”

“என்னம்மா?”

“ஒருவேளை நான் செத்துட்டா, அப்புறம் இந்தத் தாலிக்கு அவசியம் இல்லை; இதுல கொஞ்சம் பவுன் இருக்கு. வித்துக்கோனு சொன்னேன்! கோபம் வந்தாச்சு.”

“ஏன்மா இந்தப் போராட்டம்? தாம்பத்யம்னாலே இதுமாதிரி எப்பவும் புயல் தான் வீசுமா?”

அம்மா பதறிப்போய் மகளைப் பார்த்தாள்.

“வீசாது காதம்பரி. அயோக்ய சிகாமணிக்கு வாழ்க்கைப்பட்ட பெண்களுக்குத்தான் இந்த அவலம். நீ, நல்ல இடத்துல வாழப்போறே. உன் கையை எதிர்பாக்கற கணவன் இல்லை கோபால். ஒரு வகைல உனக்கது பெருமை. உத்யோகம் பாக்கற மனைவிகளுக்கு இங்கே நிர்ப்பந்தம் இருக்கு. நாலு நாள் தலைவலினு படுக்க முடியாது. அவ கொண்டு வரலைனா, கோபம் வரும், குடும்பத்துல குழப்பம் வரும். உனக்கு அந்த நிலை இல்லை. சந்தோஷப்படு!”

“சரிம்மா! அதிகம் பேசாதே நீ! உடம்புக்குத் தாங்காது!”

“பாவம் சங்கர்! புதுசா நான் இழுத்துவிட்ட செலவு. எப்படித்தான் சமாளிக்கப் போறானோ?”

அந்த வாரக் கடைசியில் டிஸ்சார்ஜ் செய்தார்கள். பணம் புரட்டிக்கொண்டு வந்துவிட்டான் சங்கர்.

அம்மாவை வீட்டுக்கு அழைத்து வந்துவிட்டார்கள்.

அப்பா வாசலில் ஈஸிசேரில் சாய்ந்திருந்தார். ஆட்டோவிலிருந்து இறங்கி, அம்மா உள்ளே வந்தும் கண்டுகொள்ளவேயில்லை. எனக்கு இதிலெல்லாம் சம்பந்தமில்லை என்ற பார்வை.

“காதம்பரி! நாளைக்கு நான் புறப்படறேன். ட்யூட்டி ஜாயின் பண்ணணும். பணத்துக்கு ஏற்பாடு பண்ணணும். இன்னும் நான்கு மாசத்துல உனக்கும் கல்யாணம்!”

“.....!”

“நான் பணம் அனுப்பறேன். மண்டபம் புக் பண்றதுலேருந்து எல்லாம் நீயே செஞ்சிரு!”

“சரிண்ணா!”

“உன்னை செய்யச் சொல்றது சரியில்லைதான். ஆனா நான் லீவு போட்டா, சம்பளம் கட்டாகும். குடும்பம் ஓட வேண்டாமா?”

“ஓட வேண்டியவங்க ஒக்காந்து மூணுவேளையும் தின்னா, குடித்தனம் நடக்காது. படுத்துக்கும்!”

குரலை உயர்த்திச் சொன்னாள் அம்மா.

“சும்மாரும்மா! அவருக்குக் கோபம் வந்து தாறுமாறா கூச்சல் போடுவார். உனக்கும் டென்ஷன் ஆகும். உடம்பு குலுங்கும். விட்றேன்!”

சங்கர் எச்சரித்தான்.

மறுநாள் புறப்பட்டுப் போய்விட்டான்.

பிறகென்ன?

நாட்கள் சிறகு முளைத்து வேகமாகப் பறக்கத் தொடங்க, சங்கர் சொன்னபடி. பணம் அனுப்பிக் கொண்டிருந்தான்.

காதம்பரியே, கடிதம் மூலம் அவன் தரும் உத்தரவுகளை வாங்கி, செயல்படுத்திக் கொண்டிருந்தாள். கோபால் வீட்டிலிருந்து நெருக்கமான உறவுகள் அவ்வப்போது வந்து போய்க் கொண்டிருந்தார்கள்.

கல்யாணத்துக்கு இன்னும் நாலு நாட்களே இருக்கும் நிலையில், சங்கர் பணத்தோடு வந்துவிட்டான்.

"காதம்பரி, நீ ராஜினாமா தரலை?"

"இல்லைண்ணா!"

"தந்துரு! இனிமே தாமதிக்க வேண்டாம்!"

"வேலையைவிட்டாவது அவனைக் கட்டிக்கற அளவுக்கு அப்படியென்ன மகத்துவம் அவன்கிட்ட?" அப்பா குத்தலாகக் கேட்டார்.

"பெண்டாட்டி. கையில் பணம் வாங்கி, குடித்தனம் பண்ற அளவுக்கு அந்த கோபால் வெட்கம் கெட்டுப் போகலை. தன் கால்ல நிக்கற ஒழுக்கமான புருஷன் எல்லாருக்கும் அமையுதா என்ன?"

"யாரைச் சொல்றே நீ?"

"ஏன்? உங்களைத்தான்! எதுக்கு நான் பொய் சொல்லணும்?"

"அறைஞ்சு பல்லைக் கழட்டிருவேன், ராஸ்கல்!"

"ம்... கழட்டறது உங்களால் முடியும். அதுமட்டும்தான் முடியும். புதுப்பல் வைக்கக்கூட அந்தப் பிள்ளைதானே பணம் தரணும்!"

"நான் இனிமே ஒரு நொடிகூட, இந்த வீட்ல இருக்க மாட்டேன்!"

"இப்படி நீங்க சொல்றது ஆயிரத்துப் பதினேழாவது தடவை. எண்ணி வச்சிருக்கேன்!"

"நான் போனா போனதுதான்!"

"போங்களேன். நீங்க இருந்து என்ன லாபம் இங்கே?"

அவர் துண்டை உதறித் தோளில் போட்டுக்கொண்டு வாசலைத் தாண்ட, சங்கர் சன்னமாகப் பதறினான்.

"என்னம்மா நீ? நாலே நாள்தான் கல்யாணத்துக்கு இருக்கு! இந்த சமயத்துல வாயைக் கிளறி அவரை விரட்டிட்டியே!"

"காரணமாத்தான் செஞ்சேன்!"

"அவர் இல்லாம எப்படிம்மா நடக்கும்?"

"கோபால் வீட்டுக்காரங்களுக்குத் தெரிஞ்சாச்சு. கவலைப்படமாட்டாங்க. உங்க மாமா இருந்து நடத்தட்டும். தப்பில்லை. இந்த ஆள் இருந்தா மூணுவேளையும் விருந்து சாப்பிட்டு, யாரையாவது கல்யாண வீட்ல வம்புக்கு இழுத்துகிட்டு இருப்பார். வேணுமா?"

சங்கர் பேசவில்லை. காதம்பரியைப் பார்த்தான். அவள் மௌனமாக உள்ளே போய்விட்டாள்.

"எப்படியோம்மா! கொஞ்சநாள் கூட பொறுத்துக்கோ! மற்ற இரண்டு பேருக்கும் கல்யாணம் முடிஞ்சிட்டா, பிரச்சனையில்லை!"

"சங்கர்! உங்க நாலு பேரைப் பெத்த காரணமாத்தான் நானும் இத்தனை அடங்கிப்போறேன். அப்படியும் சிலசமயம் வெடிச்சிட்றேன்!"

புதன் காலையில் சத்திரத்துக்குப் போய்விட்டார்கள் அன்று பிற்பகலில் இரண்டு பஸ்களில் கோபால் வீட்டு மனிதர்கள், நண்பர்கள் என்று வந்து இறங்கினார்கள்.

வந்தது முதலே அதிகாரமும், பந்தாவும் தூள் பறந்தது.

ஒரு வேலைக்காரனைவிட மோசமாக சங்கரை ஏவிக் கொண்டிருந்தார் கோபாலின் அம்மா.

அவர் கேட்ட எதையும் குறைக்காமல், சிரித்த முகத்தோடு நிறைவேற்றிக் கொண்டிருந்தான் சங்கர். அம்மாவும் அந்த தேக நிலையிலும் படாதபாடுபட்டுக் கொண்டிருந்தாள்.

அன்று மாலை மாப்பிள்ளை அழைப்புக்கு சற்று முன்னால் அப்பா வந்துவிட்டார். சம்பந்தியம்மாள் அவரை ஒரு புழுவைப் போலப் பார்த்தாள்.

அவர் எதிலும் பட்டுக்கொள்ளவில்லை.

காதம்பரிக்கு தலை பின்னுவதில், அலங்காரத்தில், புடவை கட்டுவதில் என்று சகலத்திலும் மாமியாரின் ஊடுருவல்!

"எதுக்கு பச்சையும், சிகப்புமா கை நிறயை வளையல்கள்? பார்க்க சகிக்கலை! கழட்டு அதை!"

மங்கல நாளில் வளையலைக் கழட்டுவது பிடிக்கவில்லை காதம்பரிக்கும். ஆனாலும் மறுத்துப் பேச முடியவில்லை.

"நேர் வகிடு உன் முகத்துக்கு எடுபடலை. கோண வகிடு எடுத்துத் தலை வாரு."

"சுட்டி வைக்கத் தோதா இருக்காதே?"

"வேணாம். எதுக்கு நெத்திச்சுட்டி? கோபாலுக்கு சுத்தமா இது பிடிக்காது. நேர் வகிடும் அவனுக்கு நேர் விரோதம்!"

"காதம்பரி! இந்த நேர்வகிடு உனக்கு எப்படி இருக்கு தெரியுமா?"

"சொல்லுங்க இஸ்மாயில்!"

"இரண்டு பக்கமும் அடர்ந்த காடு. நடுவுல பளிச்சுனு ஒரு மண்ரோடு போற மாதிரி இருந்தா எப்படி இருக்கும்?"

"அபாரமான கற்பனை!"

"உன், நெற்றி அழகை இந்த நேர் வகிடு எடுத்துக் காட்டுது காதம்பரி!" கலைந்தாள்.

யாரோ கோண வகிடு எடுத்திருந்தார்கள். பி.யு. சின்னப்பா காலத்துக் கதாநாயகி போல கந்தலான ஒரு முகம் கண்ணாடியில் தெரிந்தது.

"என்னம்மா இது?"

"ஷ்! சத்தம் போடாதே! இன்னிக்கு ஒருநாள் உன் அபிப்ராயங்களை மூட்டை கட்டிவை. அவங்க சொல்படி கேளு! அதுதான் முறை.!"

“சரிம்மா!”,

“அவளது ஒவ்வொரு அசைவையும் மாமியார்தான் தீர்மானித்தார். வெறுப்பாக இருந்தது காதம்பரிக்கு. இந்த நிலை தொடர்ந்தால், தன் வாழ்க்கை என்னாகும்?”

மறுநாள் காலை கோபாலின் தாலி அவள் கழுத்தில் ஏறி உட்கார்ந்துகொள்ள, அந்த நொடியில் புது ஜனனம் எடுத்ததுபோல உணர்ந்தாள்.

“நான் மனைவி!”

“காதம்பரி என்பவள் இனி தனி மனுஷியல்ல!”

“ஒவ்வொரு செயல்பாடும் புதிய கோணத்தில் பரிமளிக்கும்!” மேடையில் சடங்குகள் முடித்துவிட்டு கோபால் தன் அறைக்குப் போக, காதம்பரி திரும்பினாள்.

இஸ்மாயில்!

“வாங்க இஸ்மாயில்!”

மாலையும் கழுத்துமாக நின்ற அவளை நெருங்கினான் இஸ்மாயில்.

“இப்படி உன்னைப் பார்க்க சந்தோஷமா இருக்கு காதம்பரி!” காதம்பரி மெலிதான நாணச் சிவப்புடன் இஸ்மாயிலை ஏறிட்டாள்.

“நீ நல்லா இருக்கணும் காதம்பரி. பொறுப்பைப் பற்றி உனக்கு யாரும் சொல்லித் தர வேண்டாம். விட்டுக்குடுத்து வெற்றிகளை நீ அடைவேனு நான் நம்பறேன். இதோ என் பரிசு!

இது அலாரம் டைம்பீஸ்! குடும்பம் கூட்டுக் குடும்பம். உனக்கும் நிறைய பொறுப்புகள் இருக்கும். காலைல தினமும் இஸ்மாயில் வந்து உன்னை எழுப்பணும். ஒவ்வொரு விடியலும் என்னை உனக்கு நினைவுபடுத்தத்தான் இந்தப் பரிசு.”

“தேங்க்யூ இஸ்மாயில்!”

கண்கள் ததும்ப அதை வாங்கிக் கொண்டாள்.

“நான் புறப்படறேன்மா!”

“சாப்பிட்டீங்களா இஸ்மாயில்?”

“வேணாம்மா, மனசு நிறைஞ்சு கிடக்கு. அப்புறம் சாப்பிடத் தோணாது. வயிறுமுட்ட சாப்பிட்டா தூக்கம் வரும். இப்ப உள்ள சந்தோஷம் தூக்கத்தால்கூட கலையக் கூடாது. நான் புறப்படறேன்!”

“சரிங்க இஸ்மாயில்!”

அவன் வாசலைத் தாண்டும் வரை பார்த்துவிட்டு தன்னறைக்கு வந்தாள். மாலையை அவிழ்த்தாள்.

மாற்றுச்சேலை கட்டிக்கொண்டாள்.

மாமியார் உள்ளே வந்தாள்.

“யாரிப்ப உன்னை புடவை மாற்றச் சொன்னது?”

“சடங்குகள் முடியலையா அத்தே?”

“முடிஞ்சிட்டா, மாத்திரணுமா? கோபாலுக்கு வேண்டியவங்க திடீர்னு வரலாம். அப்ப உன்னைப் பார்க்க விரும்பமாட்டாங்களா?”

“இதுவும் பட்டுப்புடவை தானே அத்தே?”

“முகூர்த்தப் புடவை நாங்க வாங்கினது. அதைத்தான் நீ கட்டிக்கணும் இன்னிக்குப் பூரா புரியுதா?”

“சரி அத்தே.”

“யாரவன்?”

“யாரை அத்தே கேக்கறீங்க?”

“என்னத்தையோ உன் கையில தந்துட்டு, ரொம்ப நேரம் பேசிட்டு இருந்தானே!”

“ஆ... அவரா? இஸ்மாயில்!”

“முஸ்லிமா?”

"ம்...! ரொம்ப நல்லவர். எங்க ஆபிஸ்ல எங்கூட, வேலை செஞ்சார்."

"த பாரு காதம்பரி! இந்த மாதிரி ஆண்கள் பக்கத்துல நின்னு அதிக நேரம் பேசறதெல்லாம் கோபாலுக்குப் பிடிக்காது. வேற்று மதக்காரன் ஒருத்தன்கூட அப்படியென்ன வெவரமான பேச்சு உனக்கு?"

"மதமா பெரிது? இஸ்மாயில் மனிதநேயம் மிக்கவன். எத்தனை நல்ல ஸ்நேகிதன்?"

"நான் சொல்றது புரியுதா? கோபாலுக்கு சட்ணு கோபம் வந்துடும். ஏடாகூடமா ஏதாவது செஞ்சு, அவன் கோபத்துக்கு ஆளாகாதே!"

"சரி அத்தே!"

யாரோ வந்தார்கள். "பந்தி பரிமாறியாச்சு. மாப்பிள்ளை, பெண்ணை ஜோடியா சாப்பிட வரச்சொல்றாங்க!"

"வா காதம்பரி! அந்தப் புடவையைக் கட்டிட்டு வா!" மாமியார் போய்விட்டார்.

கோபாலுடன் ஜோடியாக உட்கார வைத்தார்கள்.

"அந்த லட்டுவைக் கடிச்சிட்டு ஊட்டி விட்ரா!"

ஏற்கனவே சாதத்தைப் பிசைந்த கை கடித்த எச்சில் லட்டு. அந்தக் கையோடு அதை அவன் தன் உதட்டருகில் கொண்டு வர காதம்பரிக்குக் குமட்டியது.

எச்சில் சோறு என்பது அவளுக்கு அறவே பிடிக்காத ஒன்று.

எச்சில் மூலம்தான் அன்னியோன்னியம் வெளிப்பட வேண்டும் என்ற நம்பிக்கையை வெறுப்பவள் காதம்பரி.

வேறு வழியில்லாமல் அதை விழுங்கி வைத்தாள். இவள் எச்சிலை கோபால் மறுத்துவிட்டான்.

மாலை ரிசப்ஷன் என்ற பெயரில் கொஞ்சம் கூத்தடிக்கப்பட்டது.

ஒன்பது மணிக்குள் சோர்ந்து போனாள் காதம்பரி. உறக்கம் கண்களை சுழற்றியது. உற்சாகமே துப்புரவாகத் தொலைந்து போயிருந்தது.

முதலிரவுக்கு அலங்காரம்.

கதவோரம் வரை மாமியாரின் ஆர்ப்பாட்ட தர்பார். யாரோ ஒரு கிழவி ஆபாசப் பாட்டு பாட, அதற்கும் சிரிக்கும் ஒரு கிழட்டுக் கூட்டம்.

லஜ்ஜையில்லாத மனிதர்கள்.

பால் செம்பு சகிதம் உள்ளே தள்ளப்பட்டாள் காதம்பரி.

"நிஜமாகவே வாழ்க்கை தொடங்கும் வசந்த வினாடிகள்!"

"சலிப்பை உதறு காதம்பரி! உடம்புக்கு சலிப்பு வரலாம். மனதுக்கு அது வரக்கூடாது!"

"மனச்சலிப்பு மனிதனைப் புரட்டி விடும்!"

உற்சாகத்தை வரவழைத்துக் கொண்டாள். கட்டிலை நெருங்கினாள். மட்டமான ஒரு சென்ட் வாசனை நாசிக்குள் நுழைந்து பெருங்குடல் வரை பயணித்தது. நிமிர்ந்தாள்.

கோபாலிடமிருந்து தான் அந்த வாசனை.

உள்ளே பனியன் தெரியும்படியான சில்க் ஜிப்பா, அதற்கு வெளியே புலி நகம் கோர்த்த தங்கச் சங்கிலி.

நெற்றியில் புரளும் முடிக் கற்றைகள்...

கண்களில் கணிசமான அளவுக்குக் காமம்!

காதம்பரிக்கு என்னவோ போலிருந்தது.

கணவனாக அவன் தெரியவில்லை. கற்பழிப்புக் காட்சியில் கதாநாயகியின் எதிரே வந்து நிற்கும் வில்லன் போலிருந்தான் கோபால்.

***

4

அடி எனக்குப் புதிதல்ல அன்றாட வாழ்க்கையே அதுதானே! சுயமான மேகத்தில் தவழ்ந்து வரும் அசோக வனத்து நிலவு நான். வெட்டுங்கள் முளைப்பேன் கிள்ளுங்கள் துளிர்ப்பேன் நம்பிக்கை வேரில் பூக்கும் மலர் நான் நாளைக்கும் நிலவு வரும்!

அவள் புஜங்களில் முரட்டுத்தனமாகத் தன் கைகளை வைத்து அழுத்தினான் கோபால். அவன் பூசியிருந்த சென்ட்டின் மட்டமான மணம் நாசிக்குள் புகுந்து அடிவயிறு வரை சென்று குமட்டியது.

ஏதோ ஒரு சினிமாவில், பழைய சினிமா சிவாஜி கணேசன் வில்லனாக வந்து கதாநாயகியை கண்களால் அளவெடுப்பார். அதுபோல இருந்தான் கோபால்,

"உட்காரு!"

அவள் கட்டிலில் உட்கார்ந்தாள்.

"எங்க குடும்பம் பற்றி உனக்கு என்னல்லாம் தெரியும்?"

"எதுவும் தெரியாது. சொல்லித் தந்தா தெரிஞ்சுக்கறேன்!" பவ்யமாக பதில் சொன்னாள்.

"நாலு தலைமுறைக்கு முன்னால நாங்க ஜமீன் குடும்பம்!"

"ம்..!"

"இப்ப அந்தப் பெருமையெல்லாம் போயாச்சு. ஆனா பெருங்காயம் வச்ச பாத்திரம் மாதிரி மணம் மட்டும் மிஞ்சியிருக்கு. நீ எத்தனை வருஷமா வேலை பாக்கறே?"

“நாலு வருஷங்களா!”

“நாங்கள்ளாம் பெண்களை அந்த மாதிரி அனுப்பமாட்டம், பெண் வேலைக்குப் போய் சம்பாதிக்கறதை அவமானமா நினைப்போம்!”

“அதுல என்ன தப்பு?” என்ற கேள்வி நாக்கு நுனியில் வந்து வெளியே விழாமல் அடக்கிக் கொண்டாள் காதம்பரி.

“உனக்கு என்னல்லாம் பிடிக்கும்?”

காதம்பரி அவனிடமிருந்து ஒரு நல்ல கேள்வி வந்திருப்பதாக நினைத்து, அதை ரசித்துக்கொண்டே,

“நல்ல புத்தகங்களைப் படிக்கப் பிடிக்கும். விவரம் தெரிஞ்சவங்க கூட அதை விமர்சிக்கப் பிடிக்கும். இனிமையான நாதஸ்வரம் எப்பவும் பிடிக்கும் ஷெனாய்ல உள்ள சோகத்துல மனசு விம்மும். ரவிசங்கரோட சிதார் பிடிக்கும். வானத்தையும், நட்சத்திரங்களையும் மணிக்கணக்காக ரசிக்கப் பிடிக்கும். மழை நாள்ள மின்சாரம் இல்லாத வீட்ல சிம்னி விளக்கோட புகை படிஞ்ச நிழல் பிடிக்கும்... அப்புறம்..!”

“போதும் போதும்! கேட்க சகிக்கலை! நல்ல விஷயங்கள் எதுவுமே உனக்குப் பிடிக்காது?”

“இதெல்லாம் நல்ல விஷயங்கள் இல்லையா?”

“உனக்கு புடவை, நகைகள் இதெல்லாம் பிடிக்காதா?”

“பிடிக்கும். அது பிடிக்காத பெண் யார்? ஆனா அதுல மோகம் இல்லை. இருக்கறது போதும்னு மனசுள்ளவள் நான்.”

“ஆங்கிலம் நல்லாப் பேசுவியா?”

“ம்..!”

“இனிமே பேசாதே! நாமெல்லாம் தமிழ்க் குடும்பம். எனக்கு ஆங்கிலத்துமேல வெறுப்பு உண்டு!”

“சரி!”

"மற்ற ஆண்கள் மத்தில உத்யோகம் பார்த்தவள் நீ. நேற்று வரைக்கும் நீ எப்படி வேணும்னா இருந்திருக்கலாம். அதைக் கேட்க எனக்கு உரிமையில்லை!"

"நான் அப்படி இப்படி நீக்கு போக்கா இருந்த பெண் அல்ல."

"ஷ்! குறுக்கே பேசினா எனக்குப் பிடிக்காது. சொல்றதைக் கேள். இங்கே வந்த பின்னால நாங்க சொல்றபடிதான் வாழணும்!"

"சொல்லுங்க!"

"என்னையோ, அம்மாவையோ கேட்காம வீட்டைவிட்டு வெளில இறங்கக்கூடாது. யாராவது கேட்டாத்தான் பதில் சொல்லணும்."

"சரி!"

"வீட்ல அம்மாதான் தலைவி! என் கூடப் பிறந்த சகோதரிகள் மூணு பேரும் உள்ளூர்தான். அதனால அடிக்கடி வந்து போவாங்க."

"வர வேண்டியது தானே!"

"எங்கண்ணன் மனைவி சொந்த மாமா பொண்ணுதான். அதனால் அம்மாகிட்ட அவளுக்கு சலுகை அதிகம்!"

"ம்..!"

"வெளிலேருந்து வந்தவ முதன்முதலா நீதான். எல்லாருக்கும் நீ அனுசரிச்சுப் போகணும்!"

"ஆகட்டும்!"

தொடர்ந்து அவன் பேசிக்கொண்டே போக கொட்டாவி அடுக்கடுக்காக வந்து கொண்டேயிருந்தது. கஷ்டப்பட்டு அடக்க முயன்றாள். பள்ளியறை என்பதை அவன் தவறாகப் புரிந்து கொண்டு பாடம் நடத்துவது தெரிந்தது.

வெகுநேரம் பேசிய பின்பு, அவளை ஆக்ரமித்தான். ஆவேசமாக செயல்படத் தொடங்கினான்.

எங்கும் மென்மை, எதிலும் மென்மை என்று எதிர்பார்த்த காதம்பரிக்கு எல்லாமே ஏமாற்றமாக இருந்தது.

பெண்மையை மென்மையாகக் கையாள வேண்டும் என்ற அடிப்படை நாசுக்குகூட அறிந்திராத அவன் வெறியுடன் இயங்கிக் கொண்டிருந்தான். அதன்பின் ஆபாசமாகக் குறட்டை விட்டபடி உறக்கத்தில் ஆழ்ந்தான்.

காதம்பரி உறக்கம் துறந்தாள்.

ஒரு நொடியில் சகலமும் வெறுத்துப் போனது.

காலையில் கழுத்தில் தாலி ஏறிய நொடியிலிருந்தே மாமியாரின் ராஜ தர்பாரில் ஒரு மாதிரி, நசுங்கிப் போயிருந்தாள். அந்த அதிருப்தியை அவள் முகத்தில் படித்த அம்மா, அவளைத் தனியாக அழைத்து,

“காதம்பரி!?”

“என்னம்மா”

“மனசுல உள்ள உணர்ச்சிகள் முகத்துல வெளிப்படாம சாதூர்யமாக மறைக்கத் தெரியணும்?”

“அம்மா!”

“ஆரம்பம் இப்படித்தான் இருக்கும். இதைவிடக் கூட மோசமா இருக்கும், ஆனா கலங்கக் கூடாது. பெண்ணாப் பிறந்துட்டா நிறைய வலிகள் தாங்கணும். நொறுங்கிடக் கூடாது. நல்ல குடும்பம், பணம், காசுக்கு பஞ்சமில்லை. அந்த அதிகாரதொனிக்கு நீ பழகு. சரியாகும் எல்லாம்!”

“ஆனாலும் இத்தனை ஜம்பமா?”

நல்லதாக, நயமாக ஒரு விஷயம்கூட கோபாலிடம் இல்லாதது போலத் தோன்றியது.

இஸ்மாயிலின் நினைவு வந்தது சட்டென.

“எத்தனை அற்புதமான ஆண்பிள்ளை. என்ன ஒரு நாசுக்கு. இன்றைக்கெல்லாம் கேட்டுக் கொண்டிருக்கலாம் அந்தப் பேச்சை?”

"ச்சே என்ன நான்?"

"முதலிரவில் இஸ்மாயிலை நினைத்துக்கொண்டு?"

"சரி! எண்ண ஓட்டத்தை யாரால் தடுக்க முடியும். நல்ல ஒரு தோழனை நினைக்கக்கூட கணவனின் அனுமதி வேண்டுமா என்ன?"

வெகுநேரம் யோசித்தபடி பின்னிரவில் உறங்கிப் போனாள்.

வழக்கம்போல அதிகாலையில் விழிப்பு வந்துவிட்டது. கோபால் நல்ல உறக்கத்தில் இருந்தான்.

போர்வை கொண்டு அவனை மூடியவள், உதிர்ந்த மலர்களை ஒன்று சேர்த்து மூலையில் ஒதுக்கினாள். கலைந்த கேசத்தை முடிந்து கொண்டு, புடவையை சரி செய்தபடி கதவைத் திறந்தாள்.

அது கல்யாண சத்திரம்.

அங்கங்கே ஆட்களின் ஆழ்ந்த உறக்கம்.

"அம்மா எங்கே?"

அவர்கள் தங்கியிருந்த பகுதிக்குப் போனாள். அறைக்குள் நுழைந்தாள். சங்கர் உட்கார்ந்து ஏதோ எழுதிக்கொண்டிருந்தான்.

"அண்ணா!"

நிமிர்ந்தான் கண்கள் சிவந்து கிடந்தது.

"நீ விடிய விடியத் தூங்கலையா?"

"இல்லைமா! தூங்க நேரமில்லை!"

"எல்லாருக்கும் செட்டில் பண்ண பணமிருக்கா?"

"அந்தக் கவலையெல்லாம் உனக்கேன். நல்ல இடத்துல உன்ன ஒப்படைச்சாச்சு."

அம்மா பாத்ரூமிலிருந்து வெளிப்பட்டாள்.

"காதம்பரியா? வாடீ இங்க!" மகளைத் தனியாக இழுத்துக்கொண்டு போனாள். ஏற இறங்கப் பார்த்தாள். அம்மாவின் முகத்தில் சந்தோஷமாக ஒரு சிரிப்பு ஜனித்தது.

"போ போய் குளிச்சிட்டு வா!"

"அம்மா!"

"சொல்லு காதம்பரி."

"எனக்கு எதுவுமே பிடிக்கலை. நம்ம ரசனைக்குத்தக்க அந்தக் குடும்பத்துல ஒண்ணுகூடத் தேராது. ஒரு மாதிரி எந்திர வாழ்க்கைக்கு பழகணும்னு தோணுது!"

"ஷ்! மெதுவாப் பேசு. பெண்ணாப் பிறந்தா இதெல்லாம் எல்லாருக்கும் உண்டாகக் கூடிய பயம்தான். ஆண் ஸ்பரிசம், ஆளுமை இதெல்லாம் பிடிச்சிருந்தாலும், மனசுல பயம் தட்டும். போகப்போக சரியாகும். நின்னு பேசிட்டு நேரம் கடத்தாதே. சீக்கிரம் போய்க் குளி."

"சரிம்மா!"

தலைக்கு குளித்து, வேறு சேலை மாற்றிக்கொண்டு, குங்குமப் பொட்டு சகிதமாக வெளிப்பட்டாள் காதம்பரி. அதற்குள் விடியத் தொடங்கிவிட்டது.

மாமியார் வந்தாள்.

திரும்பவும் ராஜ தர்பார். உத்தரவுகள் தூள் பறந்தன.

சங்கர் பாய்ந்து பாய்ந்து செயல்பட்டான். சாப்பாடு முடித்து எல்லாம் கட்டிக்கொண்டு மூன்று வேன்களில் அத்தனைபேரும் ஏற்றப்பட, அம்மா அழுதாள்.

பிறந்த வீட்டைவிட்டுப் பிரிவது சங்கடம்தான். ஆனாலும் எல்லா பெண்களையும் போல காதம்பரிக்கு அழுகை வரவில்லை. யோசனை வந்தது. சொல்லிக் கொண்டு புறப்பட்டாள்.

அப்பாவைக் காணவில்லை.

பின்கட்டில் சீட்டு விளையாடிக் கொண்டிருந்தார். யாரும் போய் அழைக்கவும் இல்லை.

வேன் புறப்பட்டது.

கோபால் இவளைக் கண்டுகொள்ளவே இல்லை. எனக்கும், உனக்கும் உறவே இல்லை என்பதைப்போல யாரிடமோ சத்தமாக பேசிக் கொண்டிருந்தான் வேணுக்குள்.

ஓர்ப்படி இவளை ஏற இறங்கப் பார்த்துக்கொண்டே இருந்தாள்.

மூன்றாவது நாத்தனார் இவள் பிறந்த வீட்டைப் பற்றி துருவித் துருவி கேள்விகள் கேட்கத் தொடங்கினாள்.

“எல்லாம் உங்கண்ணாதானா?”

“ம்..!”

“ஏன் உங்கப்பா இப்படி பொறுப்பில்லாம இருக்கார்?”

“என்ன சொல்ல முடியும்?”

நாத்தனார் கேட்ட எந்தக் கேள்வியுமே நாகரீகம் இல்லாம இருந்தது.

“காதம்பரி!”

மாமியார் அழைத்தார்.

“என்னத்தே?”

“நாலு வார்த்தைக்கு ஒரு வார்த்தைல பதில் சொல்லுவியா?”

“அத்தே!”

“இது மாதிரி அழுத்தமா இருந்தா கோபாலுக்குப் பிடிக்காது. கலகலன்னு பேசணும் புரியுதா?”

“சரி அத்தே!”

“நான் கோண வகிடு எடுக்கச் சொன்னேன். நீ எடுக்கலை.”

“பழக்க தோஷம். இனி மாத்திக்கறேன்!”

புகுந்த வீட்டுக்கு வந்து சேர்வதற்குள் வயதாகி விட்டதைப் போல உணர்ந்தாள் காதம்பரி.

ஏராளமான உறவுக்கார கும்பல்,

பூஜையறையில் விளக்கேற்ற வைத்தாள் மாமியார். சமையல்கட்டுக்கு அழைத்துச் சென்றாள்.

“இது இனி உன் சாம்ராஜ்யம். அதுக்காக உன் இஷ்டத்துக்கு செயல்படக் கூடாது, புரியுதா?”

“சரி!”

“இந்த வீட்ல ஒவ்வொருத்தருக்கு ஒவ்வொரு ருசி புரிஞ்சு செய்யணும்.”

“சமையல்காரங்க வச்சுக்க வசதி இருக்கு. ஆனா கோபால் அதை விரும்பல. இன்னிக்கு ராத்திரி சமையல் நீதான்.”

“சரி அத்தே.”

“நான் மெனு சொல்லிர்றேன். அதன்படி செய்.”

அடுக்கி விட்டுப் போனாள் மாமியார்.

செண்பகம் ஓர்ப்படி உள்ளே வந்தாள். மாமன் மகள் என்பதால் அவள் ஒன்றும் செய்யமாட்டாள் போலும்.

“அக்கா எதெது எங்கே இருக்குனு...?”

“திறந்து பாரு தெரியும். எனக்கே தெரியாது அதெல்லாம்!”

நாத்தனார்கள் சமையல்கட்டுப் பக்கமே எட்டிப் பார்க்கவில்லை. எத்தனை பேருக்கு சமைக்க வேண்டும் என்றும் தெரியவில்லை.

கூடத்தில் அதிர அதிர சிரிப்பும், கும்மாளமுமாக இருந்தது. மெல்ல எட்டிப் பார்த்தாள்.

எத்தனைபேர் வெளியே போயிருக்கிறார்கள் என்று தெரியவில்லை.

மாமியார் உள்ளே வந்தார்.

“என்ன? தொடங்கலையா?!”

“இ... இல்லை. எத்தனைபேருக்குச் சமைக்கணும்?”

“அம்பது பேருக்குச் செய்யேன்!”

ஐந்து பேருக்குக்கூட தனியாக வீட்டில் செய்ததில்லை. அம்மா செய்ய விட்டதில்லை. ஆனாலும் உத்தேசக் கணக்கு வைத்துக்கொண்டு வேலையைத் தொடங்கினாள்.

கோபால் எட்டிக்கூடப் பார்க்கவில்லை. அட, கணவன் முந்தானையைப் பிடித்துக்கொண்டு அலைய வேண்டாம். அவ்வப்போது மெலிதாக ஒரு சிரிப்பு... நீயும் நானும் இணைந்து விட்டோம் என்னும் முகமாக மெல்லிய ஒரு முகமலர்ச்சி... கூடாதா?

அவள் சமையலை முடிக்கும்போது இருட்டத் தொடங்கிவிட்டது.

“முடிஞ்சுதா?”

மாமியார் உள்ளே நுழைந்தாள். பாத்திரங்களைத் திறந்து பார்த்தாள்.

“முதல்ல சாப்பாடு கண்ணுக்கு நல்லா இருக்கணும்னு சொல்லுவான் கோபால். அதுவே குறையுதே! நீ போய் வேற புடவை மாற்றி, ட்ரஸ் பண்ணிக்கோ!”

சொன்னபடி செய்தாள்.

சாப்பிட வந்துவிட்டார்கள்.

“ம்...! போய் பரிமாறு!”

மற்றவர்கள் இடத்தைவிட்டு அசையவில்லை. இவள்தான் சகலமும் செய்ய வேண்டியிருந்தது.

மற்ற உறவுக்காரர்கள் சாப்பாட்டைப் புகழ்ந்தார்கள்.

“தனியாவா பண்ணினே? பிரமாதமா இருக்கே! எல்லாம் சாதூர்யமான பொண்ணுதான்!”

யாரோ ஒரு பெரியவர் புகழ்ந்தார்.

சம்பந்தப்பட்ட உறவுகளிடமிருந்து ஒரு விமர்சனம்கூட வெளிப்படவில்லை.

இரவு ஒன்பது!

இரண்டாவது நாள்!

களைத்துப்போய் உள்ளே நுழைந்தாள். கதவை சாத்திவிட்டு வந்தாள்.

கோபால் சிவக்க சிவக்க வெற்றிலை போட்டிருந்தான்.

“நீ வெத்தலை போடமாட்டியா?”

“எனக்கு சேராது!”

“பழகு! இந்த வீட்ல பண்டிகை நாட்கள்ள பெண்கள் கட்டாயம் தாம்பூலம் போடணும்!”

“என் சமையல் எப்படி இருந்ததுன்னு நீங்க சொல்லலை!”

“எனக்குப் பிடிக்கலை. அங்கேயே சொல்ல நினைச்சேன். சரி வேண்டாம்னு விட்டுட்டேன். அம்மாகிட்ட கத்துக்கோ!”

“ம்..!”

“சரி வா!”

முடியவில்லை. இன்றைக்கு வேண்டாம் என்று தோன்றியது. உடம்பு துவண்டு போயிருந்தது. எதிலும் ஈடுபாடு தோன்றவில்லை.

“கொஞ்ச நேரம் பேசலாமா?”

“சும்மா சும்மா என்ன பேசறது? அதான் ஆயுள் முழுக்க பேசத்தான் போறம்.”

“உங்க வீட்ல என்னை யாருக்கும் அறிமுகப்படுத்தலையே நீங்க?”

“நீயென்ன கவர்னரா அறிமுகப்படுத்த? மாலை போட்டுட்டு நாள் முழுக்க என் பக்கத்துல இருந்தா என் பெண்டாட்டிதான்.”

“நான் அதைச் சொல்லல! எனக்கு உங்க மனிதர்கள் யாரையும் தெரியலையே”

“தெரிஞ்சு என்ன செய்யப்போறே?”

“அப்படியில்லிங்க! இந்த குடும்பத்தில வாழப்போறவ நான் தெரிஞ்சுக்க வேணாமா? நாளைக்கே நிறையப்பேர் ஊருக்குப் போயிடுவாங்க இல்லையா?”

“ஏன் யாரும் இங்கே இருக்கறது உனக்குப் பிடிக்கலையா?”

“அய்யோ... நான் அப்படியா சொன்னேன்?”

“த பாரு! இந்த வீடு நிறைய ஆட்கள் இருப்பாங்க. சத்திரமாட்டம் இருக்கும் வீடு! அதுதான் அம்மாவுக்குப் பிடிக்கும்!”

“சரி!”

“எது கேட்டாலும் ஒரு பதில் வச்சிருக்கே! நிறையக் கேள்விகள் கேக்கறே! இது ரெண்டுமே எனக்குப் பிடிக்கலை!”

காதம்பரி பேசவில்லை.

“பொம்மனாட்டிகள் சளசளன்னு பேசினா எனக்குப் பிடிக்காது!”

“பேசினால்தான் பிடிக்கும் பிள்ளைக்கு என்றார் மாமியார். பிடிக்காது என்கிறார் இவர். பேச வேண்டுமா? கூடாதா?”

குழம்பியது.

“நம்ம கடை எங்கே இருக்கு?”

“ஏன்?”

“சும்மா கேட்டேன்!”

“நாலு தெரு தள்ளி, மெயின் ரோட்ல இருக்கு. நீ பாக்கணுமா?”

“கூட்டிட்டுப் போனா பாக்கறேன்!”

“ஆயுத பூஜைக்கு மட்டும்தான் நம்ம வீட்டுப் பெண்கள் கடைக்கு வருவாங்க! அப்ப நீயும் வந்தா போதும்!”

“ஆகட்டும்! நீங்க காலைல சீக்கிரமே போயிடுவீங்களா?”

“எட்டுக்குக் குறைஞ்சு என்னால் எழுந்திருக்க முடியாது. ராத்திரி படுக்க நேரமாயிடும்!”

“ஏன்? கடைக் கணக்கெல்லாம் பாக்கணுமா?”

“அதுக்கெல்லாம் ஆள் இருக்கு. சினிமா, பீச்னு எங்கேயாவது போக வேண்டி வரும். வந்தவங்களுக்கு சுத்திக் காட்டணும்!”

“உங்கண்ணாவும் கடைதான் பாக்கறாரா?”

“அவன் உத்யோகம் அரசாங்க உத்யோகம். அவன் மாசம் முழுக்க உழைச்சிட்டு சம்பாதிக்கறதை ஒரு நாள்ள சம்பாதிப்பேன் நான். இந்த வீட்டை அவனுக்கும், கடையை எனக்கும் எழுதி வச்சிட்டார் அப்பா.”

“ஏன் கேக்கறே?”

“சும்மா!”

“நமக்கு எத்தனை சொத்துக்கள் தேறும்னு கணக்கு போடறியா?”

“அய்யோ இல்லீங்க! நீங்க தலைவர் இருக்கும்போது எனக்கேன் அந்தக் கவலை?”

“சரி வா! நாளைக்குப் பேசிக்கலாம்!”

திரும்பவும் முரட்டுத்தனம். அவன் விலகியபோது உடம்பை முறுக்கிப் பிழிந்ததைப்போல இருந்தது,

ஒரு வார காலம் ஓடிவிட,

அந்த வீட்டின் நிலவரம் ஒருமாதிரி பிடிபடத் தொடங்கியது.

வந்தவர்களில் ஒரு சிலர் புறப்பட்டுப் போயிருந்தார்கள். நாத்தனார்களின் குடும்பம் ஒரு சில வயதானவர்கள் குழந்தைகள் என்று இருபத்தைந்து பேருக்குக் குறையாமல் இருந்தார்கள்.

சமைப்பதும், பரிமாறுவதுமே பெரிய வேலையாக ஆகிவிட்டது காதம்பரிக்கும். வீட்டில் ஒரு டெலிபோன். கடையில் ஒரு போன்.

கடையிலிருந்து மளிகை சாமான்களும், வெளியிலிருந்து காய்கறிகளும் கூடை கூடையாக தினசரி வந்து இறங்கியது.

கோபால் எந்த நேரமும் மைனர் செயின், ஜிப்பா சகிதம் சுற்றிக் கொண்டிருந்தான்.

கல்யாணத்துக்கு வர முடியாத கோபாலின் தாய் மாமன் ஒருவன் ஜபல்பூரிலிருந்து வந்திருந்தார் இரவு ஒன்பதுக்கு.

"மாமாவுக்கு சாப்பாடு போடு. எல்லாம் இருக்கா?"

"இருக்கறது போதும்மா! நான் அடுக்களைக்கு வர்றேன்!"

கை, கால் கழுவிக் கொண்டு உள்ளே வந்து உட்கார்ந்தார். இலை போட்டாள் காதம்பரி.

"சாப்பாடு அப்புறம். முதல்ல உன்கிட்ட நான் பேசிக்கறேன். இந்த வீட்டுக்கு மருமகள் இல்லையா நீ"

"ஆமாம்!"

"என்ன உன் பேரு!"

"காதம்பரி!"

"படிப்பு எஸ்ஸெல்ஸியா?"

"இல்லை மாமா. பட்டதாரி. ஸ்டெனோ கிராபியும் தெரியும்!"

"பின்ன ஏன்மா கோபாலைக் கட்டிக்க சம்மதிச்சே?"

மிரண்டு போனாள் காதம்பரி. "கோபாலின் மாமாவா இவர்? இந்த மனிதர் இவர்களின் ஆதரவா? இல்லை எதிரியா? இவரை நம்பாதே காதம்பரி. நீ என்ன பதில் சொன்னாலும் அது சம்பந்தப்பட்டவர்களைப் போய்ச் சேரும்!"

"ஏன்? அவருக்கு என்ன குறைச்சல் மாமா?"

"படிப்பு எஸ்ஸெல்சி, அதுவும் பெயில்மா!"

"இருக்கட்டுமே! ஆண் பிள்ளைக்கு அழகு சம்பாத்தியம். வீட்ல லஷ்மி தாண்டவமாடறா. அவர் உழைப்பு தானே?"

மாமா அவளைப் பார்த்தார்.

"படிச்ச உன்னை இந்த அளவுக்கு மூளைச்சலவை செஞ்ச பெருமை இந்த வீட்ல யாருக்கம்மா?"

"எனக்கே தெரியாதா மாமா?" அவர் குரலைத் தழைத்துக்கொண்டார்.

"தெரியலமா. தெரிஞ்சுகோ. பெரியவன் புத்திசாலி. நல்லா படிச்சான். உத்யோகம் பாக்கறான். கை நிறைய சம்பளம். அதனால் அவனுக்கு வீடு. கோபால் வெறும் ஐபர்தஸ்து. பெரியவன் புத்திசாலித்தனமா தன் சம்பளத்தை அப்படியே பேங்க்ல போட்டுட்டு, இங்கே சாப்பாட்டுச் செலவை நடத்திக்கறான்."

"தப்பில்லையே மாமா! அவருக்கும் இங்கே உரிமை இல்லையா?"

"எல்லாருக்கும் இருக்கம்மா! நாத்தனார்கள் மூணு பேரும் இங்கேதான். தவிர உறவுக்காரங்க!"

"சரி பணம் வருது! கஷ்டமில்லையே!"

"அம்மாடீ. என் புருஷன் லட்சாதிபதினு ஒருத்தி அழுதாளாம்!"

"ஏன்? இதுல அழ என்ன இருக்கு?"

"இதுக்கு முந்தி கோடீஸ்வரரா இருந்தார். கொஞ்சம் கொஞ்சமா இழந்து லட்சாதிபதி ஆயிட்டார்னு அழுதா, அந்தக் கதை இந்த வீட்ல நடக்குது!"

"மாமா!"

"கோபால் கையில அவங்கப்பா கடையை ஒப்படைக்கும்போது எப்படி இருந்தது தெரியுமா? எத்தனை சரக்கு தெரியுமா? ஆயிரக் கணக்குல வியாபாரம் ஆகும். அதுல சம்பாதிச்சு தான் இத்தனை பெரிய வீட்டைக் கட்டினார். கடுமையான உழைப்பாளி. கடையைவிட்டு நகர மாட்டார். கோபால் கைல ஒப்படைச்சதுமே சரிவுதான்."

"கடைல இவன் உட்காரணும். சரக்குகளை இறக்கணும், மார்க்கெட் நிலவரம் தெரியணும். போட்டியாளர்களைப்

புரிஞ்சுகணும். கடைல உள்ளவங்களை மிரட்டி வேலை வாங்கணும். தினசரி வரவுகளை கணக்குப் பார்த்து, பிஸினஸை முன்னேற்ற வேண்டாமா?"

"செய்யறதில்லையா?"

"இல்லைமா! நாகராஜ்ன்னு ஒரு பையன் கையில பொறுப்பை முழுமையா ஒப்படைச்சிருக்கான் கோபால். அவன் சுருட்டர சுரட்டல்ல ஒருநாள் இந்தக் கடை திவாலாகும். அதை அவனே வாங்குவான்."

காதம்பரி பேசவில்லை.

"அம்மா, உடன்பிறப்புகள் யாரும் சரியில்லை. எல்லாருக்கும் சுயநலம். கோபாலைத் தூக்கிவச்சே காரியம் சாதிக்கறாங்க. புகழுக்கும் முகஸ்துதிக்கும் பிரமாதமா மயங்கறான் கோபால். அதுதான் அவனோட பெரிய பலவீனம்?"

காதம்பரி பேசவில்லை.

இந்த மாமா நல்லவர். இவர் பேசுவதில் எந்த உள் நோக்கமும் இல்லை!

"உன் மனசைக் கலைக்க நான் வரலைமா? இதேநிலை தொடர்ந்தா, இன்னும் மூணு நாலு வருஷம் தாங்கலாம். அப்புறம் கடைல ஒண்ணுமே இருக்காது. இந்த வீடும், சொந்தமில்லை. கோபாலுக்குப் படிப்பும் இல்லை. நடுத்தெருவுக்கு நீங்க ரெண்டுபேரும் வர நேரும். நான் சொல்றதெல்லாம் உனக்கு அதிர்ச்சியா இருக்காம்மா?"

கூடத்தில் பார்வை பதித்தாள் காதம்பரி.

"யாரும் இப்ப வரமாட்டாங்க! நீ பயப்படாதே! வாரா வாரம் பீச், சினிமானு உல்லாசம். எதுக்கம்மா? உழைச்சாத்தான் உல்லாசம் தொடரும்னு உன் புருஷனுக்கு சொல்லித்தர இங்கே யாருமே இல்லையே!"

காதம்பரி இமைக்காமல் பார்க்க.

“கஷ்டம்னு வந்துட்டா, இந்தக் காக்காக் கூட்டம் நிச்சயம் ஒருநாள் பறந்து போயிடும். அப்ப இந்த மாமா சொன்னது உன் மனசுல உறைக்கும்.”

“உன்னைப் பார்த்த நிமிஷமே எனக்கு சந்தோஷம். ஒரு படிச்ச, அடக்கமான, புத்திசாலிப் பொண்ணு கிடைச்சது கோபால் செஞ்ச அதிர்ஷ்டம். அது அவனுக்கே புரியலை. போகப் போகத் தெரியட்டும். நீ இப்ப செய்ய வேண்டியது என்னான்னா?”

“சொல்லுங்க மாமா!”

“படிப்படியா தலையிட்டு கோபாலோட பாதையை சீராக்கணும். உழைக்கற ஆர்வத்தை அவன் மனசுல ஊட்டணும். இதுவரைக்கும் சரிஞ்சது போதும். அந்தக் கடை இனி சரியாம தூக்கி நிறுத்தணும்!”

காதம்பரி ஒன்றும் பேசவில்லை.

“நீ என்னை நம்பலைம்மா!”

“மாமா!”

“எந்த பதிலும் சொல்லலை. நான் எங்கே உன் மாமியார்கிட்டப் போய் சொல்லுவேனோனு பயம் வருது உனக்கு. பெருமைப்படறேன். இந்த எச்சரிக்கை உணர்வு புகுந்த வீட்டுல நுழைஞ்ச ஒவ்வொரு பெண்ணுக்கும் அவசியம்தான்.”

ஆச்சர்யப்பட்டாள் காதம்பரி.

மனதைப் படிக்கும் மாமாவைப் பார்த்ததும் மதிப்பு கூடியது. அவரை நம்பலாம் என்று தோன்றியது.

“நான் நேத்து வந்தவ மாமா!”

“அதனால?”

“அதனால என்னம்மா? உரிமையுள்ளவள் நீ! உடனே போர்க்கொடி உயர்த்துனு நான் சொல்லலை... சொன்னாலும் நீ செய்யப்போறதில்லை. படிப்படியா ஊடுருவி அவனையும், உன் வருங்கால வாரிசுகளையும் காப்பாத்தும்மா!”

“முயற்சிக்கறேன் மாமா!”

“இனி சாப்பாடு போடு!”

மாமா சாப்பிட்டுவிட்டுப் போய்விட்டார். சற்று நேரத்தில் மாமியார் வந்தார்.

“என்னா, உன்னைக் குழப்பினானா?”

“இல்லை அத்தே!”

“கோபால் இத்தனை கம்பீரமா கடை நடத்தி, காசும் பணமுமா வாழறது அவனுக்குப் பிடிக்காது. எப்பவும் உபதேசம் பண்ணுவான். அவன் ஏதாவது சொல்லிட்டா, இந்தக் காதுல வாங்கி அந்தக் காதுல விட்டுடு? புரியுதா?”

மாமியார் ஏன் அவசரப்படுகிறார்?

மாமா சொன்னது சரியா? இவர்கள் பேச்சில் உண்மை இருக்குமா?

வெகுநேரம் சீர் தூக்கிப் பார்த்ததில், மாமாவின் சொற்களில் ஆழம், நிஜம், நல்ல எண்ணம் எல்லாமே தூக்கலாக இருந்தது காதம்பரிக்குப் புரிந்தது.

***

5

எனக்கும் ஆசைதான் ஏக்கரா கணக்கில் பூமி அதில் எழில்மிகு தோட்டமும் வீடும். திரும்பிய பக்கமெல்லாம் நந்தவனம் திசைக்கொரு செல்வாக்கு இத்தனையும் விடியலுக்குள். சூரியன் வந்ததும் சூடான யதார்த்தம் நாளைக்கும் நிலவு வரும்!

அப்படி இப்படி என்பதற்குள் ஒரு வருட காலம் ஓடிவிட்டது, காதம்பரி அந்த வீட்டுக்கு வாழவந்து.

ஆரம்பத்தில் கோபம் வந்தது.

எந்த ஒரு ரசனையும் அட ரசனை கிடக்கட்டும், சாதாரண சொல்கூட அந்த வீட்டில் மதிக்கப்பட மாட்டாது என்பதை சட்டெனப் புரிந்துகொண்டு விட்டாள்.

கழுத்தில் புலி நக டாலர் கோர்த்த தங்கச் சங்கிலி. மஸ்லின் ஜிப்பா, நிலம் தொடும் வேட்டி... எந்த நேரமும் “பந்தா” கலந்த ஒரு நடவடிக்கை...

தனக்குத்தானே பெரிய மனிதன் என்ற நினைப்பில் உலகமே தன் காலடியில் என நடக்கும் கோபால்,

அவனுக்குக் கொம்பு சீவிவிடும் கூட்டம்.

கோபாலின் அண்ணா உத்யோகம் பார்த்து சாதுர்யமாக தன் குடும்பத்தை பாதுகாத்தபடி, பொத்தாம் பொதுவில் அந்த வீட்டில் புகுந்து விளையாடுவதை காதம்பரி நன்றாகவே கவனித்து விட்டாள்.

அன்று இரவு...

வழக்கம்போல கணவனின் வேட்கையுடன் கோபால் அருகில் நெருங்க,

“அப்புறமா உங்க விருப்பமெல்லாம். நான் கொஞ்சம் பேசணும் உங்ககிட்ட!”

“இப்ப என்ன பேச்சு?”

“பின்ன எப்ப என்னால் பேச முடியுது? வாழ வந்து நாலஞ்சு மாசம் ஆகுது. உங்களை நான் முழுசாப் பாக்கற நேரமே ராத்திரி பத்துமணி தான். வந்ததும் உங்க ஆக்ரமிப்பு. அப்புறம் களைப்பு, தொடர்ந்து தூக்கம், விடிஞ்சா வீடு முழுக்க வேலை. புருஷன்... பொண்டாட்டி பேசிக்க எப்ப நேரம்?”

“மெதுவாப் பேசு கத்தினா எனக்குப் பிடிக்காது!”

“எப்பப்பா நான் கத்தினேன்? உங்ககிட்ட சுதந்திரமாப் பேசக்கூடவா எனக்கு அனுமதியில்லை?”

“ஷ்! பதில் பேசினா, எனக்குப் பிடிக்காது!”

“சரி... சரி... பேசலாமா நான்?”

“ம்...! சீக்கிரம்!”

“நாளைக்கு நமக்கும் ஒரு குழந்தை பிறக்கும்!”

“இப்படி பேசிட்டு உட்கார்ந்தா, பிறக்காது!”

“சரி... பிறந்த பின்னால் உட்கார்ந்து பேச நேரம் இருக்காது.”

“ம்... மேல சொல்லு”

“அதோட எதிர்காலம் பற்றி உங்களுக்கு ஏதாவது கற்பனை இருக்கா?”

கோபால் சிரித்தான்.

“ஏன் சிரிக்கறீங்க?”

“நிகழ்காலமே மனித வாழ்க்கையில இப்பல்லாம் நிச்சயமில்லாம இருக்கு. எதிர்காலம் பற்றிய சிந்தனை ஏன்? ஆணோ, பெண்ணோ பிறந்த பின்னால யோசிக்கலாம்!”

“உங்கண்ணா காலை என்ன சொன்னார் தெரியுமா?”

“என்ன சொன்னார்?”

“ஒவ்வொரு மாசம் சம்பளம் வாங்கும்போதும் ஒவ்வொரு கிராம் நகையாம், வருஷத்துல ஒண்ணரைச் சவரன். குழந்தைக்கு இருபது தாண்டும்போது முப்பது சவரன். எத்தனை அழகான திட்டம்? ஓசைப்படாம எல்லாமே வளரும்! உங்களுக்கு இதுமாதிரி அபிப்ராயம் இருக்கா?”

“ஒரு தாய் வயித்துல பிறந்தாலும், ஒரே மாதிரி சிந்தனை இருக்கணும்னு அவசியம் இருக்கா?”

“நல்லதா இருந்தா நாலுபேரை கூர்ந்து கவனிச்சா என்னப்பா தப்பு?”

“நீ என்னதான் சொல்றே? அண்ணா உத்யோகக்காரன், அப்படி சேர்த்தாத்தான் உண்டு. நமக்கு பிஸினஸ், 20 வருஷத்துல அவன் வாங்கற முப்பது சவரனை 20 நாள்ள வாங்கலாம். தெரியுதா?”

“அத்தனை பிஸினஸ் இருக்கா நம்ம கடைல?”

“வரும்!”

“தானா வரும்!”

“கிண்டல் பண்றியா நீ?”

“சத்தியமா இல்லைப்பா. அந்த அளவுக்கு நீங்க கடுமையா உழைச்சா, நீங்க எதிர்பாக்கறதுல பாதியாவது வரும்!”

“நான் உழைக்கலைனு சொல்றியா?”

“இல்லை.”

“பின்ன?”

“கடலாட்டம் குடும்பம், உறவுகளும், பங்காளிகளுமா எந்த நேரமும் வீட்ல திருவிழாக் கூட்டம். எத்தனை நாளைக்குத் தாங்கும்?”

"ஓ... நீ அப்படி வர்றியா?"

"என்ன சொல்றீங்க?"

"பணம்தான் பெரிசுனா என் உறவுகளையெல்லாம் அடிச்சு விரட்டச் சொல்றியா?"

"அய்யோ இல்லீங்க... நான்..."

"ஷ்! தெரியும் உன்னை நீ நாலெழுத்து படிச்சவ, உத்யோகம் பாக்கறவன்னு சொன்னப்ப வேண்டாம்னேன். கேக்கலை... விதி... விதி ரூபத்துல எல்லாம் வந்து நிக்குது!"

"த பாருங்க...!"

"நீ பேசக்கூடாது. எனக்கு மனுஷங்க வேணும். நான் சம்பாதிச்சுப்பேன்... போதுமா? நேரமாச்சு வா!"

"வேணாங்க!"

முரட்டுத்தனமாக அவளை இழுத்தான்.

"இதுக்குக்கூடவா என் சம்மதம் இல்லை?"

அவன் கேட்கவில்லை. அதற்குள் இயங்கத் தொடங்கி விட்டான் கோபால்.

இந்த ஒரு வருட காலத்தில் அவள் பலமுறை நல்லபடி, எதிர்காலத்தை எடுத்துச் சொல்ல முயன்றும் பலன் தோல்விதான்.

சலித்துவிட்டாள் காதம்பரி.

ஆனால் சரக்கு அதிகம் போடாமல், ஒரு சில லட்சங்கள் முதலீடு செய்த கடையில் முறையாக உழைக்காமல் கோபால் ராஜநடை நடந்தான். விளைவு அந்த வருட முடிவிலே வியாபாரத்தில் நல்ல அடி.

வீட்டுக்கு வரும் கணிசமான வருமானம் குறையத் தொடங்கியது. கோபாலின் ஜபர்தஸ்த்தும், பந்தாவும் ஆட்டம் காணத் தொடங்கியிருந்த நேரம் அது.

அந்த நேரம் தான்...

மாமாவின் மகளுக்குக் கல்யாணம் நிச்சயமாகியிருந்தது.

மாமா வந்துவிட்டார் அன்று காலையில்.

"கோபால் கடைக்கு அப்புறமா போகலாம்! உன்னோட நான் பேசணும்!"

"சொல்லுங்க மாமா!"

"ஜானகிக்குக் கல்யாணம் நிச்சயம் பண்ணியாச்சு!"

"தெரியுமே! கல்யாணத்தை ஜமாய்ச்சிடலாம்!"

"அது நல்லபடியா நடக்கறது உன் கையில்தான்பா இருக்கு."

"புரியும்படியா சொல்லுங்க மாமா!"

"உங்கப்பாவுக்கு நான் கொடுத்திருந்த இருபதாயிரம் ரூபாய் இப்ப எனக்கு வேணும்!"

அம்மா வந்தாள்.

"ஆமாம் கோபால், கல்யாண நேரத்துல கேட்பேன்னு அன்னிக்கே உங்க மாமா சொல்லியிருக்கான்!"

"அண்ணன்கிட்டப் பேசியாச்சா?"

"என்ன லாபம்? அவன் சம்பளக்காரன், அவனால் என்ன முடியும்? நீதான் பிஸினஸ் கோபால். அதனால நீதான் செய்ய முடியும். மேலும் அன்னிக்கு நான் உங்கப்பாகிட்ட தந்த பணத்தை கடைலதான் அவர் முதலீடாப் போட்டார்."

"எப்ப வேணும் மாமா?"

"நீ நாளைக்கே தந்தாலும் உதவிதான்!"

"சரி மாமா! அடுத்த வாரமே ஏற்பாடு பண்றேன். உங்களுக்கு தகவல் தர்றேன்."

மாமா போய்விட்டார்.

"என்னம்மா செய்யறது?"

"கடைப் பணம்னு இருந்தா தந்துர வேண்டியது தானே?"

“அப்படி எதுவும் இல்லையே. சரக்கே பத்தாது, இருக்கறதை வச்சு ஒப்பேத்தறேன். சரக்குபோட முப்பதாயிரம் ரூபா பணம் இருந்தா, ஒரு நாளைக்கு ஆயிரம் ரூபா வரைக்கும் வியாபாரம் நடத்தலாம். அப்படி நடத்தினா மாசம் ஏழெட்டாயிரம் கிடைக்கும். எங்கே பணம்?”

“ஆனா மாமாவுக்கு நீ தந்துதான் ஆகணும் கோபால். அவன் கடனா கேக்கலை, தான் தந்த பணத்தைத்தான் திருப்பிக் கேக்கறான்!”

“சரிம்மா!”

“சீக்கிரம் ஏற்பாடு பண்ணு!”

அம்மா எழுந்து போய்விட்டாள்.

செலவு என்று வரும்போது ஆயிரம் ஆலோசனை சொல்வாள் அம்மா. கடையில் வரும் பணமும் அம்மா கையில்தான். கடன் என்று வந்த பின்னால் கை கழுவும் கூட்டம்.

அன்று கோபால் கடைக்கே போகவில்லை. தலைவலி என்று தனியாகப் போய்ப் படுத்து விட்டான்.

இரவு ஒன்பது மணிக்கு பாலோடு வந்தாள் காதம்பரி.

“பால் குடிங்கப்பா!”

கோபால் எழுந்தான். கண்கள் சிவந்து கிடந்தது.

“என்னாச்சு உங்களுக்கு?”

“நிறையக் குழப்பம் காதம்பரி, இருபதாயிரம் ரூபா பணத்துக்கு நான் எங்கே போவேன்?”

“என்ன இருக்கு கையில?”

“அப்படி இப்பிடின்னு அஞ்சாயிரம் ரூபா பெரட்டலாம். பத்தாதே! மாமாவுக்கு நான் என்ன பதில் சொல்லுவேன்?”

“உங்கண்ணா ஆபீஸ்ல லோன் கிடைக்காதா?”

“அவன் ஏன் நான் பட்ட கடனை அடைக்கணும்?”

"இல்லீங்க. அவர் அடைக்க வேண்டாம். லோன் வாங்கித் தந்தா, மாசச் சம்பளத்துல என்ன பிடித்தம் போகுதோ, அதை நீங்க குடுத்துடுங்க!"

"அதெல்லாம் சரிப்படாது!"

"பின்ன?"

"தெரியலை. குழம்பி நிக்கறேன்!"

சற்று நேரத்தில் உறங்கிப் போய்விட்டான்.

பிரச்னையை எப்படி இவன் தீர்க்கப் போகிறான் என்ற கவலையில் காதம்பரி விடிய விடிய உறங்கவில்லை.

காலையில் காதம்பரி சமையலில் இருந்தாள்.

ஏதோ கேட்க, மாமியாரை அவள் நெருங்க, உள்ளே பேச்சுக் குரல்...

"அது நல்லா இருக்குமாம்மா?"

"என்னடா தப்பு? நீ பட்ட கடன்ல அவளுக்கும் பொறுப்பு உண்டு. நாளைக்கு உன் பிஸினஸ் செழிச்சா, அனுகூலம் அவளுக்குத்தானே?"

"எனக்கு பிடிக்கலைமா?"

"ஆனா உங்க மாமாவுக்குப் பைத்தியம் பிடிக்கும். நீ பணத்தைத் தர்லைனா."

"நாட்கள் அதிகமில்லை கோபால், சீக்கிரம் ஏற்பாடு பண்ணு! நான் கோயிலுக்குப் புறப்படறேன்!"

இந்தக் கடன் சங்கதி புறப்பட்டபின் நாத்தனார்கள் யாரும் வீட்டுப் பக்கம் எட்டிக்கூடப் பார்க்கவில்லை என்பதை காதம்பரி கவனித்து விட்டாள்.

அன்று இரவு...

காதம்பரி உள்ளே நுழைந்ததும், கோபாலே எழுந்து வந்து அவளை அணைத்துக் கொண்டான்.

"நான் உன்கூடப் பேசணும் காதம்பரி!"

வாழ்நாளில் இந்த ஒரு வருட தாம்பத்யத்தில், அவன் இப்படிச் சொல்வது இதுதான் முதல்முறை.

"சொல்லுங்க!"

"மாமா கடனை அடைக்க தற்சமயம் ஒரே ஒரு வழிதான் இருக்கு!"

"என்ன அது?"

"உன் நகைகளை வித்துட்டா, பணம் கிடைச்சுடும்!" காதம்பரி நிமிர்ந்தாள்.

"அத்தை சொன்ன யோசனையா?"

"எதுக்கு? அம்மா இதுல தலையிடவே மாட்டாங்க. நம்ம குடும்ப விஷயம் இது. நானும், நீயும் தீர்மானிக்க வேணும். அம்மா எப்படி குறுக்கே வர முடியும்?"

அவனை உற்றுப் பார்த்தாள் காதம்பரி.

கடையில் வியாபாரம் நன்றாக நடந்து, கரன்சிகளைக் காணும்போது ஆலோசனைக்கு அம்மா, கடன்படும்போது மட்டும் காதம்பரி வேண்டுமா உனக்கு

"உன்னை எல்லாரும் கை கழுவிவிட்ட நிமிடத்தில் கை தூக்கிவிட மட்டும் நானா?"

"என்ன பேசலை?"

"நகைகள் மட்டும்தான் தற்சமயம் நம்மகிட்ட உள்ள சொத்துக்கள். அதையும் வித்துட்டா, என்ன இருக்கு நம்மகிட்ட?"

"ஓ... என்னை ஒண்ணும் இல்லாதவன்னு குத்திக் காட்டறியா? புருஷன் சாகக்கிடந்தாக்கூட, மஞ்சள், குங்குமத்தைவிட நகையும், பணமும் உசத்தினு சொல்ற நாலாந்தரமான பெண் வர்க்கத்துப் பிரதிநிதிதான் நீயும்!"

பதறிப்போனாள் காதம்பரி.

“இருங்க! என்னைப் பேசவிடுங்க!”

“த பாரு காதம்பரி!” தணிந்து வந்தான் கோபால். வேலை நடக்கவேண்டுமே அதனால்,

“சொல்லுங்க!”

“எப்பவுமே நமக்கு பிஸினஸ் இருக்கு, பிரம்மாதமா வரும், எல்லா நகைகளையும் ஒரே மாசத்துல வாங்கிலாம். தெரியுதா?”

காதம்பரி பேசவில்லை.

அது முடியாது என்பது அவளுக்குத் தெரியும். இது அப்பட்டமான சமாதான முயற்சி!

“இல்லீங்க... நான் என்ன சொல்றேன்னா.”

“போதும்! இனி உன் விளக்கம் வேண்டாம். நீ நகைகளைத் தரவும் வேண்டாம், நான் பிச்சை எடுத்தாவது மாமா கடனை அடைச்சுக்கறேன். நீ யார்னு தெரிஞ்சு போச்சு எனக்கு. உன்னை அப்புறமா பேசிக்கறேன் நான்!”

சடாரென எழுந்து விட்டான்?

நிலைமை விபரீதமாவதை உணர்ந்த காதம்பரி பதறி எழுந்தாள்.

“த பாருங்க!”

“அவசியமில்லை. உன்னை நம்பி இந்த கோபால் பிறக்கலை. மனைவிங்கற உரிமைல கேட்டேன். பிச்சை எடுக்கலை. நீ தரலைன்னாலும், நடக்க வேண்டியதெல்லாம் நடக்கும்!”

கதவை நெருங்கி விட்டான்.

“எங்கே போறீங்க?”

“இந்த ரூம்ல இருக்க எனக்குப் பிடிக்கலை!”

“.....!”

“நீயெல்லாம் மனைவியில்லை. வியாபாரி. கட்டிக்கிட்டவன் படுபாவி!”

"நில்லுங்க!"

கதவு வரை போனவன் நின்றான்.

"உங்களுக்கு ஒரு பிரச்னை அதைவிட என் நகைகள் பெரிசில்லை எனக்கு. எடுத்துக்குங்க!"

"மனசில்லாம நீ தர வேண்டாம்!"

"த பாருங்க! மனசோட தன் நகைகளை எந்தப் பொண்ணும் தரமாட்டா. அப்படியே தந்தா, தன் வருங்கால வாரிசுகளுக்காக மட்டுமே அதைச் செய்வா!"

"இப்ப என்ன சொல்றே நீ?"

"எடுத்துக்குங்க!"

திரும்பிப் படுத்துக்கொண்டாள். கோபாலும் அருகில் வந்து படுத்துக் கொண்டான்.

"காதம்பரி கோபமாக இருக்கிறாள்!"

"சமாதானப்படுத்தலாமா!"

"வேண்டாம், நகைகளை அவள் தருவதால், நான் கெஞ்சுவதுபோல ஆகிவிடும். என் கண்ணியத்தை நான் ஏன் குறைத்துக்கொள்ள வேண்டும்?"

மறுநாளே தாலிக்கொடி தவிர மீதி இருந்த அத்தனை நகைகளும் அவனிடம் போனது.

பாவம் சங்கர்!

ஒரு குறைகூட வைக்காமல் கடன் வாங்கி பார்த்துப் பார்த்து செய்த நகைகள்.

அத்தனையும் ஒரு நொடியில் அம்பேல்.

மறுநாள் காலையில் அம்மாவும், சங்கரும் வந்து நின்றார்கள். காதம்பரி உற்சாகமாக வரவேற்றாள். சம்பந்தியம்மா ஒருமாதிரி முகத்தை வைத்துக்கொண்டாள்.

“என்னம்மா திடீர்னு?”

“சங்கரோட ஸ்நேகிதனுக்கு நாளைக்கு அடையாறுல கல்யாணம். அதான் உன்னையும் பார்த்துட்டு போகலாமேனு வந்தோம்!”

“ரெண்டு பேரும் குளிங்க. சாப்பாடு ரெடி பண்றேன்!”

“சம்பந்தியம்மா ஒரு வாரம் இருந்துட்டுத்தான் போகணும்!”

மாமியார் நடிக்கத் தொடங்கினாள்.

“இல்லைம்மா. நாளைக்குக் கல்யாணம் முடிஞ்சதும் ரயில் ஏறிடுவோம், ரெண்டு குழந்தைகளை விட்டுட்டு வந்திருக்கேனே!”

மறுநாள் காலை,

“நீயும் கல்யாணத்துக்கு வா காதம்பரி!”

“நானா?”

“எங்ககூட வர்றதுல என்ன தப்பு? அழைச்சிட்டுப் போகட்டுமா சம்பந்தியம்மா?”

“தாராளமா!”

காதம்பரி புறப்பட்டு விட்டாள்.

“நகைகளை எல்லாம் போட்டுட்டு வாடீ!”

“வேணாம்மா!”

“வேண்டாம்? ஏன்?”

“நகைகள் இப்ப இல்லை எங்கிட்ட!”

“என்னது? நகைகள் இல்லையா? எங்கே போச்சும்மா?” மாமியார் சட்டென குறுக்கிட்டாள்.

“லாக்கர்ல போட்டிருக்கான் என் பிள்ளை, பத்திரமா இருக்கட்டுமேனு. நேத்திக்கு ராத்திரி கோபால்கிட்ட நீ சொல்லியிருந்தா, இன்னிக்கு எடுத்துத் தந்திருப்பான்!”

“மறந்துட்டேன் அத்தே!”

"நல்ல பொண்ணு. சரி, சரி புறப்படு!"

வெளியே வந்தாள்.

"சந்தோஷமா இருக்கியா காதம்பரி?"

"என்னம்மா கேக்கறே நீ? அவளை யாரிங்கே கஷ்டப்படுத்துவாங்க? நல்ல குடும்பம்!"

"நீ ஆம்பிளடா சங்கர். உள் விவகாரங்கள் பெண்களுக்கு மட்டுமே தெரியும். சொல்லு காதம்பரி, பிரச்சினை ஒண்ணுமில்லையே? பாதியா இளைச்சிட்டே நீ?"

காதம்பரி சட்டெனச் சிரித்தாள்.

"எனக்கு என்னம்மா கஷ்டம்? என்னை மாதிரி வாழ்க்கை எல்லாருக்கும் அமைஞ்சிடுதா என்ன?"

அம்மா சந்தோஷமாகிவிட்டாள்.

"சங்கர் நல்ல இடத்துலதான் உன்னைக் கட்டிக் கொடுத்திருக்கான். மாப்ளை பிஸினஸ் எல்லாம் பிரமாதமா இருக்கா?"

"இருக்கம்மா!"

அந்த கல்யாணத்தில் அவர்களுடன் இருந்தாள். முடிந்ததும் அம்மா வேறு சிலருடன் பேசிக்கொண்டிருக்க,

தங்கையைத் தனியாக அழைத்தான் சங்கர்.

"நகைகள் அடமானத்துல இருக்கா? வித்தாச்சா?"

"அண்ணா!"

"உள் விவரங்கள் பெண்களுக்கு மட்டுமே தெரியும்னு அம்மா சொன்னாங்க. உள் மனசை முகத்துல படிக்கற வித்தைல அம்மா தேறலை போகட்டும்."

"கடையை வர்ற வழில பார்த்தேன். சரக்கும் இல்லை, கடையும் தூங்கி வழியுது. மாப்ளை இதை மட்டுமே நம்பறாரா?"

காதம்பரியின் கண்களில் கண்ணீர்.

“சொல்லுமா!”

சட்டென கண்ணீரைத் துடைத்துக் கொண்டாள்.

“இதை மட்டும் நம்பலாம் அண்ணா. இன்னும் உழைச்சா இதையே பிரமாதப்படுத்தலாம். உழைக்கற ஆசையே அவருக்கு இல்லை. உட்கார்ந்து சாப்பிட்டு சாப்பிட்டு உடம்பே மரத்துப் போச்சு.”

“காதம்பரி!”

“இந்தக் கடை ரொம்ப நாளைக்கு ஓடாது”

“அப்புறம்?”

“தெரியலை.”

“என்னம்மா இது?”

“ஆலோசனை சொல்ல எனக்கு அனுமதியில்லை. கலந்து பேசறதை அவமானமா நினைக்கறார் அவர்.”

“காதம்பரி!”

“நீ விட்டுத்தள்ளு! உனக்கு இன்னும் ரெண்டு தங்கைகள் உண்டு. பொறுப்பில்லாத அப்பா... உன் பிரச்னைகளே ரொம்பப் பெரிசு. என்னைக் கட்டித் தந்தாச்சு. நல்லது, கெட்டதை நான் சந்திச்சுக்கறேன்!”

“உன்கிட்ட நிறைய நம்பிக்கைகள் இருக்கு காதம்பரி!”

“அதுதானே அண்ணா வாழ்க்கை. இன்னிக்கு, இந்த நிமிஷத்துல இருட்டா இருந்தாலும், நாளைக்கு நிலவு வராதானு நப்பாசைல ஓட்டிட்டு இருக்கற நம்பிக்கைதான் சகலமும்!”

அம்மா வந்துவிட,

புறப்பட்டு விட்டார்கள்.

அவர்களை ரயிலேற்றிவிட்டுத்தான் வீடு திரும்பினாள் காதம்பரி.

கோபால் வீட்டில்தான் இருந்தான்.

"காதம்பரி நில்லு!".

"என்ன?"

"நகைகளை நீயே விரும்பித்தான் தந்தே! நான் உன்னைக் கட்டாயப்படுத்தி வாங்கலை!"

"நான் அப்படி சொல்லலையே!"

"கடன் நம்ம குடும்ப விஷயம்; நகை உன்னுது; கேட்டவன் உன் புருஷன். இந்த விவரம் நம்மைத் தாண்டி வெளில போகணுமா?"

"போகலையே!"

"போயிருக்கும். அம்மா சமயோசிதமா லாக்கர்னு சொல்லி பிரச்னையை திசை திருப்பிட்டாங்க."

"ஓ...அதுவா?"

"லுக் காதம்பரி, புருஷன் வீட்டுப் பிரச்னைகளையெல்லாம் ஒரு பெண் பிறந்த வீட்ல சொல்லத் தொடங்கிட்டா, அவளுக்குப் பேரு மனைவியில்லை!"

"நான் எதையும் சொல்லலையே!"

"இதுவரைக்கும் இல்லை. இனியும் வேண்டாம்.. புரியுதா?"

காதம்பரி மௌனமாக இருந்தாள்.

"நான் நாதியில்லாதவன் இல்லை. ஞாபகம் வச்சுக்கோ!"

அவள் பேசவில்லை.

மாமா பெண் கல்யாணம் முடிந்து மூன்று மாதம் ஆகிவிட, அன்று காலை மாமா முகமெல்லாம் சிரிப்பாக வந்து நின்றார்.

"அக்கா! உன் மருமகள் கர்ப்பமா இருக்கா!"

"அப்படியா?"

"கல்யாணமாகி ஒரு தூரம்கூட குளிக்கலை அவ. அதுக்குள்ள வயித்துல வந்தாச்சு!"

காதம்பரி காபியுடன் வந்தாள்.

"ஹும்! உனக்கு அப்படி. இங்கே பாரு! கல்யாணமாகி ஒரு வருஷம் கடந்தாச்சு. மூச்சு பேச்சிலை. யாருக்காவது அதைப்பற்றி கவலை இருக்கா பாரு!"

காதம்பரி உள்ளே போய்விட்டாள்.

இந்தக் குழந்தையில்லாக் குறையை ஜாடைமாடையாக மாமியார் இடிக்கத் தொடங்கி, நாலைந்து மாதங்களாகிவிட்டது. அது வீட்டோடு நிற்காமல் வீதிவரை வந்து, தினசரி ரெண்டு பேராவது ஆலோசனை வழங்கத் தொடங்க,

காதம்பரி நொந்து போனாள்.

நாலைந்து டாக்டர்களின் கோத்மியம்.

கோயில் பூஜைகள்.

ஜோசியப் பரிகாரம்...

பட்டியல் நீண்டுகொண்டே போனது.

அன்று இரவு... கோபால் சோர்ந்துபோய் வந்தான். படுக்கையில் தொப்பென விழுந்தான்.

"என்னங்க!"

"இனிமேலும் தள்ளிப்போடறதுல அர்த்தமில்லை."

"எதை?"

"டாக்டர்கிட்ட நீங்களும், நானும் போறதை!"

"எதுக்கு டாக்டர்?"

"என்ன இப்படி கேக்கறீங்க? நமக்குக் குழந்தை வேண்டாமா? ஒரு வருஷம் ஆச்சு."

"ம்...! வரும்!"

"வர்லியே! என்ன கோளாறு, யார்கிட்ட பிரச்னைனு டாக்டர் சொல்லிட்டா நிவர்த்தி செஞ்சிரலாம் இல்லையா?"

"கொஞ்சம் நாள் போகட்டும்!"

"இல்லீங்க! இனிமே தாமதிக்க நான் விரும்பலை. நாளைக்கே டாக்டர்கிட்ட நாம போறம்!"

"அப்படி என்ன அவசரம்?"

"அந்தக் கஷ்டம் உங்களுக்குத் தெரியாது. பெண்ணாப் பொறந்தவ படறபாடு கொஞ்ச நஞ்சமல்ல!"

"அம்மா குறை சொன்னாங்களா?"

"ம்...! அவங்களும் தான்! அவங்களை ஏன் குறை சொல்லணும்? நமக்கு மட்டும் அந்த ஆசை இல்லையா?"

கோபால் பேசவில்லை.

"சரி போகலாம்!"

சற்று தாமதித்து பதில் சொன்னான்.

மறுநாள் மாலை வீசப்போகும் புயலை அறியாமல்...

***

6

ஆண்மையின் இலக்கணம் மேலுதட்டு ரோமங்களல்ல! மேலான மனிதாபிமானம் தாய்மையின் பெருமைக்கு தனி அகராதி உண்டா? மற்றொரு தாயை மதிக்கப் பழகு உனக்கும் நிலவு வரும்!

அந்த டாக்டரின் அறைக்குள் நுழைந்தார்கள் காதம்பரியும், கோபாலும். கோபால் குடும்பத்துக்குத் தெரிந்த டாக்டர் தான் கல்யாணி.

“என்னா திடீர்னு?”

“பேரப் பிள்ளை இல்லையேன்னு அம்மாவுக்கு ஆதங்கம்!”

“அதிக வருஷங்கள் ஆகலையே கோபால். சில பேருக்குத் தாமதமா பிறக்கலாம்!”

“எங்க குடும்பத்துல யாருக்கும் பிரச்சினை இல்லையே டாக்டர்!”

“அதனால?”

“காதம்பரிகிட்ட குறை இருக்குமோனு அம்மா சந்தேகப்படறாங்க!” காதம்பரிக்கு அவமானத்தில் முகம் சிறுத்துப் போனது.

எந்த ஆதாரமும் இல்லாமல், அம்மாவின் கூற்றை மட்டுமே வைத்துக்கொண்டு ஒரு டாக்டரின் முன்னால் மனைவியை அவமானப்படுத்துகிறான். உன் படிப்பு, கலை உணர்ச்சி, இலக்கிய வாசனை உத்யோகம்... கொண்டுவந்த நகைகள் இப்படி சகலமும் இழந்துவிட்ட நீ, இனி இழக்க என்ன பாக்கியிருக்கிறது காதம்பரி?

"உள்ள வாம்மா!"

காதம்பரி எந்திரமயமாக எழுந்து டாக்டருடன் நடந்தாள். ஐந்து நிமிடங்களில் திரும்பினார்கள்.

"அவளுக்கு ஒரு குறையும் இல்லை கோபால். வேணும்னா கர்ப்பப்பையை ஒரு ஸ்கேன் எடுத்துரலாம். அதுக்கு முன்னால..."

"உங்க உயிரணுக்களையும் பரிசோதிச்சிட்டா நல்லது!"

"டாக்டர்!"

"அதுல தப்பில்லை. ரெண்டுபேர் இணைப்புல குழந்தை உருவாகுது. தப்பு எங்கேனு பாக்கறது மருத்துவக் கடமை!"

கோபாலின் முகம் சிவந்தது.

"நீங்க கோபப்பட இதுல ஒண்ணுமில்லை கோபால். எந்த டாக்டர்கிட்ட போனாலும் இதைத்தான் சொல்லுவாங்க!"

"சரி! எப்ப டெஸ்ட் பண்ணணும்?"

"ரைட் நௌ. சாம்பிள் தந்துட்டுப் போனா, சாயங்காலம் ரிசல்ட் தெரியும்!"

அவன் வெளியேறினான். சோதனைக் குழாய் தரப்பட்டது. பதினைந்து நிமிடங்களில் சாம்பிள் எடுக்கப்பட்டு, பரிசோதனைச் சாலைக்குச் செல்ல, பீஸைக் கட்டிவிட்டு வெளிப்பட்டான்.

"என்னங்க?"

"என்னா?"

"டாக்டர் எதிர்மறையா எதுவும் சொல்லலையே!"

"ஓ... அப்படி ஒரு ஆசை உனக்கு இருக்கா? எங்க வம்சத்துல காற்று பட்டா கர்ப்பம் தரிக்கும்னு அம்மா சொல்லுவாங்க!"

காதம்பரி பேசவில்லை.

"உன் வேலை. டாக்டர்கிட்ட போகணும்னு இழுத்துட்டு வந்தது நீ!"

"மன்னிச்சிருங்க. எங்கிட்ட குறைகண்டு உங்கம்மா குத்திக்காட்டும்போது அதை தாங்கிக்க முடியில என்னால!"

"நிறுத்து! அம்மாவை குறை சொல்லாதே!"

"உண்மையை எப்படி சொல்லலாம்..?"

"இது ஒரு ரோடுன்னு பார்க்காம..."

"காதம்பரி நீ அடங்கு!"

இவன் மூர்க்கன். சொந்த ஈகோ ஒன்றுதான் அவனுக்குப் பெரிது. அதற்காக எதையும் துணிந்து செய்வான் இவன்!

அவள் பேசாமல் வீட்டுக்கு வந்து விட்டாள்.

"என்ன சொன்னா கல்யாணி?"

"ரெண்டுபேர்கிட்டேயும் குறை இல்லையாம்!" அவசரப்பட்டான் கோபால்.

"அப்ப ஏன் பொறக்கலை? ஒரு டி அண்ட் ஸி பண்ணிட்டா நல்லதுதானே காதம்பரிக்கு. கேக்கலையா?"

"விடம்மா!" கோபால் மாடிக்குப் போய்விட்டான்."

காதம்பரிக்கு வீட்டு வேலைகள் கனமாக இருந்தது. அதில் மூழ்கிப் போய்விட்டாள்.

பிற்பகல் நாலு மணிக்கு டெலிபோன் ஒலிக்க, மாமியார்தான் போய் எடுத்தார்.

"யாரு டாக்டர் கல்யாணியா?"

எதிர்முனை ஆமென்க,

"சொல்லுங்க!"

"உங்க பிள்ளையோட செமன் டெஸ்ட் வந்தாச்சு. கவுன்ட் ரொம்பக் குறைச்சல்."

"அய்யோ!"

“இந்தக் கவுன்ட்ல நிச்சயம் ஒரு குழந்தையை உருவாக்க முடியாது. ஆனா விலை உயர்ந்த ஊசிகள் உண்டு அதுல எட்டு போட்டுகிட்டா, எண்ணிக்கை உயர வாய்ப்பிருக்கு. ஒரு ஊசி விலை ஆயிரம் ரூபாய். எப்படி வசதி?”

மாமியாரின் முகம் வெளிறிவிட்டது.

“சரி! நான் கோபால்கிட்ட விவரம் சொல்லிட்டு உங்களுக்கு தெரிவிக்கிறேன்!”

ரிசிவரை வைத்துவிட்டு நிமிர, எதிரே காதம்பரி.

“டாக்டரா?”

“ம்! அவன் ரி... ரிப்போர்ட்டும் சரியா இருக்காம். பிரச்னை ஒண்ணும் இ... இல்லையாம்!”

காதம்பரி பதில் சொல்லாமல் போய்விட்டாள்,

மாமியார் பத்து நிமிடங்கள் கழித்து சேலை மாற்றிக் கொண்டார்.

“நான் கோயிலுக்கு போயிட்டு வந்திர்றன்.”

“சரிம்மா!”

“வர நேரமாகும்!”

“ம்..!”

நேராக கோபாலின் கடைக்கு வந்து விட்டார்.

“என்னம்மா நீ... கடைக்கு?”

“இப்பிடி வாடா!”

“என்னம்மா?”

“டாக்டர் கல்யாணி போன் பண்ணினா.”

“என்னாச்சு?”

எல்லா விவரத்தையும் பிள்ளையிடம் சொல்ல, கோபாலின் முகம் ரத்தமிழந்தது.

“அம்மா!”

“அது பிரச்னையில்லைடா. இந்த விவரம் காதம்பரிக்குத் தெரிய வேண்டாம்!”

தெரிஞ்சா உன் மரியாதை சரிஞ்சிடும். டாக்டர் கல்யாணிகிட்ட இதைச் சொல்லணும். டாக்டரைப் போய் உடனடியா பாக்கணும்!”

“எதுக்கம்மா?”

“அந்த ஊசி போட்டுக்க!”

“நம்மகிட்ட ஏதும்மா பணம்?”

“கடன் வாங்கறது?”

“எப்படி அடைக்க முடியும். பிஸினஸ் இல்லை. காதம்பரி நகைகளையும் வித்தாச்சு போற போக்குல சாப்பாட்டுக்கே லாட்டரி, என்னம்மா செய்ய முடியும்?”

“உங்கண்ணன்கிட்ட கேட்கலாம்டா!”

“என்னானு? எனக்கு ஆண்மை உண்டாக்க ஊசி போடணும். பணம் தருவியான்னா?”

“அப்படியா கேட்பாங்க? அவன் உத்யோகம் பாக்கறான். லோன் போட்டுத் தரட்டும் பிஸினஸுக்குனு கேளு. கடனா தரட்டும். அடைச்சிரலாம்!”

“தருவானா?”

“கேட்டால்தானே கோபால் தெரியும்!”

“அம்மா... இப்படி கடன் பட்டாவது எனக்கொரு பிள்ளை வேணுமா?”

“கடனை அடைச்சிரலாம்டா தம்பி. குழந்தையை நினைச்சப்ப வாங்கிற முடியுமா?”

பேசவில்லை கோபால்...

“சரி உன் இஷ்டம்!”

"ஆனா இந்த விவரம் எதுவும் உன் பொண்டாட்டிக்குத் தெரிய வேண்டாம். உன் மரியாதை சரிஞ்சிடும்!"

டாக்டர் கல்யாணியைப் பார்த்து விவரங்களைச் சொல்லிவிட்டு வீடு திரும்பினார்கள்.

இரவு அண்ணா திரும்பிவிட்டான்.

மொட்டை மாடிக்குத் தள்ளிக்கொண்டு போனார்கள். பிஸினஸ் என்று விவரம் சொன்னார்கள்.

"ஸாரி கோபால் எங்கிட்டப் பணம் இல்லை. இப்பத்தான் லோன் போட்டு மஞ்சுளாவுக்கு நகைகள் வாங்கினேன்!"

"அதை வித்துப் பணம் குடு அண்ணா. நான் அடைச்சிடுறேன்!"

"பெண்டாட்டி நகைகளை வித்து நம்ம கடன்களை அடைக்கறது மானக்கேடு கோபால். அந்த எல்லைக்கு நான் போகத் தயாரா இல்லை!"

கோபாலின் முகம் சிவந்தது.

"அது மட்டுமில்லை! ஏற்கனவே நீ சோம்பேறி. சரியா பிஸினஸ் பாக்கறதில்லை. இதுவும் நஷ்டம்தான் தரும். எப்படி கடன் அடைப்பே? உன்னை நம்பி யார் பணம் தருவா?"

"ஸ்டாப் இட்! தரக்குறைவாப் பேசாதே!"

"தரம் இல்லாத இடத்துல கோபம் கூடாது கோபால்!"

"யார்கிட்ட தரம் இல்லை. உன்கிட்ட கடன் கேட்டா இஷ்டத்துக்கு பேசறதா? இது சரியில்லை!"

"கோபால் உனக்கு உழைக்கப் பிடிக்காது. உழைக்காதவன் உயர்ந்ததா சரித்திரமே இல்லை."

"நிறுத்துடா! வீடும், வேலையும் இருக்கற திமிரா?"

"என்னம்மா? என்ன பேசற? வேலை நான் படிச்சதால வந்தது. எனக்கு வீடும், அவனுக்குக் கடையும் அப்பா தரும்போது

இந்த வீட்டை விட அந்தக் கடையின் மதிப்பு நாலு மடங்கு. அவனுக்கு நடத்தத் துப்பில்லை. கடன்ல கொண்டு வந்துட்டான், நீ ஆத்திரப்படவோ, அவனுக்கு வக்காலத்து வாங்கவோ என்ன உரிமை இருக்கு?"

"இதுக்குமேல நீ பேசினா நான் மனுஷனா இருக்க மாட்டேன்!"

"சேது...!"

"த பாரு கோபால்! நீ நின்னு பேசறதுகூட என் வீடு. நாளைக்கு நான் நடவடிக்கை எடுத்தா நீ வீட்டைவிட்டு போகவேண்டி வரும். நாக்கை உள்ளே வச்சுக்கோ!"

"போறேண்டா. நீ சொல்லலைனாலும் நான் போகத்தான் போறேன். எனக்கும் மானம் இருக்கு!"

"சேது நிறுத்து!"

"நீ சும்மாயிரும்மா! போகட்டும் அத்தனை ரோஷம் இருந்தா!"

"அவன் எங்கேடா போவான்?"

"அதைப் பற்றின கவலை எனக்கேன். நீ வேணும்னா இரு. ஏன்னா தாயை விரட்டிய பழி எனக்கு வேண்டாம்."

அம்மா நொறுங்கிப் போனாள்.

படியிறங்கி வந்து விட்டான் கோபால்.

மஞ்சுளாவும், காதம்பரியும் ஒன்றும் புரியாமல் நின்றார்கள்.

கோபால் தன்னறைக்குள் நுழைந்தான்.

"மூட்டை முடிச்சைக் கட்டு. நாளைக்கு இந்த வீட்டைவிட்டு வெளியே போறம்."

"ஏன்?"

"கேள்வி கேட்டா பல்லு போயிடும். சொன்னதைச் செய்!"

"யார், யாரு போறம்?"

"நீயும், நானும் தான். பின்ன ஊரே நம்ம பின்னால திரண்டா வரும்?"

"அத்தை?"

"தேவையில்லை. அம்மா மாளிகைல வாழ்ந்தவ. அவளால கஷ்டப்பட முடியாது. இங்கே இருக்கட்டும்!"

"மன்னிக்கணும். இந்த திடீர் பயணத்துக்கு என்ன காரணம்னு நான் தெரிஞ்சிக்கலாமா?"

சரேலெனத் திரும்பினான்.

"தெரிஞ்சாத்தான் வருவியா? தெரிஞ்சிட்டா எல்லா பிரச்னைகளையும் நீ ஒருத்தி தீர்த்துரப் போறியா? சொல்லு!"

"இல்லை! நான் பேசலை!"

"சொன்னதைச் செய்!" சட்டையை மாட்டிக்கொண்டு வெளியே போய்விட்டான்.

மாமியார் வந்தாள்.

காதம்பரி ஒன்றும் பேசவில்லை.

"ஏன் குத்துக் கல்லாட்டம் நிக்கற? நீ வந்த ராசி! குடும்பமே பிரிஞ்சாச்சு. எத்தனை ஒற்றுமையா இருந்தாங்க. உடைஞ்சு போச்சு எல்லாம்!"

"காரணம் நானா?"

காதம்பரிக்கு நாக்கு துடித்தது.

"பேசாதே காதம்பரி. உன் தாய் விடியாத தன் வாழ்க்கைக்காக பேசிப் பேசித்தான் நாசமானாள். நீ அந்தத் தப்பை செய்யாதே! விடு!"

"இன்னும் என்னல்லாம் நேரும் என்று பொறுத்திருந்து பார்!"

என்ன எடுத்துக்கொள்ள வேண்டும் என்று தெரியவில்லை. எங்கே போகவேண்டும் என்றும் புரியவில்லை. காலையில் ஏதோ கொஞ்சம் கட்டி வைத்திருந்தாள்.

இருட்டு பிரிவதற்கு முன் கோபால் ஒரு கட்டை வண்டி கொண்டுவந்து சாமான்களை ஏற்றினான்.

"நீயும் வா!" கடை வாசலில் வண்டி நின்றது.

கடைக்குள் சகலத்தையும் நிரப்பிவிட்டு, காதம்பரியுடன் கதவைச் சாத்திக் கொண்டான். "இங்கேதான் இருக்கப் போறம்!"

"எத்தனை நாள்?"

"தெரியலை!"

"இது பஜார். பொது இடம். இங்கே நிரந்தரமா நாம் குடித்தனம் நடத்தறது நாலுபேருக்கு தெரிஞ்சா, நம்ம சண்டை ஊருக்கே தெரியாதா?"

கோபால் யோசிக்கத் தொடங்கினான்.

"நிஜம்தான்!"

"சரி கடையைத் திறக்க வேண்டாம்!"

"எத்தனை நாளைக்கு?"

"கேள்விமேல கேள்வி கேட்டா எனக்கு மட்டும் எப்படி பதில் தெரியும்?"

"கோவப்படாதீங்க. சில விஷயங்களை பேசித்தான் ஆகணும்!"

"சரி பேசு!" கடை வியாபாரமும் இல்லைனா, என்ன செய்வம்?

"தெரிலை."

"பேங்க்ல பணம் இருக்கா?"

"இருந்தா உன் நகைகளை நான் ஏன் விக்கணும்?"

"கடை வியாபரம்?"

"ஒண்ணுமேயில்லை. வாடகைக்கே காணாது."

"ஏன்?"

“கவனம் செலுத்த முடியலை. வாங்கறவங்க கடையை மாத்திட்டாங்க, கஸ்டமர்கள் இல்லை.”

காதம்பரி பேசவில்லை.

“அண்ணாகிட்ட ஏன் கடன்?”

“வியாபாரம் பெருக்க.”

காதம்பரி உள்ளே போய்விட்டாள்.

“நில்லு காதம்பரி! என்ன செய்யலாம் இனி?”

முதன் முதலாக அவளை மதித்து, அவளிடம் அவன் கேட்கும் ஆலோசனை அதுதான்.

அருகில் வந்தாள்.

“உங்க விவரங்கள் எல்லாம் தெரிஞ்ச கடைசி நபரா நான் இருக்கணும்னு நீங்க நினைச்சா, நான் என்ன செய்ய முடியும்?”

“காதம்பரி!”

“உங்ககிட்ட ஆண்மைக் குறைவுனா, இழப்பு எனக்கு மட்டும்தான்.”

“ஆனா எங்கிட்ட நீங்க மறச்சதை டாக்டர் கல்யாணி சொல்லியாச்சு!”

அவள் கண்கள் தளும்பிவிட்டது.

கோபாலுக்கு என்னவோ போலாகிவிட்டது.

“சரி...சரி... அழாதே...”

“நமக்கு குழந்தை நிச்சயம் பிறக்கும். உங்க குறையை நிவர்த்தி செஞ்சுக்கலாம். இப்ப வேண்டாம். கொஞ்சம் தள்ளிப் போடலாம். முதல்ல அடிப்படைத் தேவைகள்...”

“காதம்பரி!”

“ஆமாம், கொஞ்சமாவது சம்பாதிச்சாத்தானே பூமில கால் ஊன்றி நிற்க முடியும்!”

“என்ன செய்யலாம் காதம்பரி?”

“இந்த தோடு, மூக்குத்தியைத் தர்றன். வித்துருங்க. கடைல பெரிசா இனி எதையும் சாதிக்கப் போறதில்லை. அதை விற்க முடியுமானு பாருங்க!”

“இதை வித்துட்டா, வாடகைக்குக்கூட நல்ல இடம் கிடைக்கறது கஷ்டம் காதம்பரி! அப்பா காலத்து நண்பர், அதே முப்பது ரூபா வாடகை.”

“சரி விட வேண்டாம். பொருட்களை வித்துரலாம். கொஞ்ச நாளைக்கு ஓட்டலாம். அதுக்குள்ள ஏதாவது யோசனை தோணும்!”

கோபால் தலையசைத்தான்.

“மன்னிக்கணும்!”

“அவசரத் தேவைக்கு உங்கம்மா நகைகளை அடமானத்துக்குத் தர மாட்டாங்களா? மீட்ரலாம். அண்ணிகிட்ட கேட்டா அசிங்கம். அம்மா நமக்கும் சொந்தமில்லையா?”

“கண்டிப்பா கிடைக்கும். நாளைக்கே கேக்கறேன்!”

அன்று மாலை அம்மா கடைக்கு வந்து விட்டாள்.

“கோபால் இப்படி வா!”

“இங்கேயே சொல்லும்மா”

“நீ வாடா!”

காதம்பரியை சங்கடத்துடன் பார்த்துவிட்டு கோபால் அம்மாவுடன் நடந்தான்.

“என்னம்மா?”

“என்ன செய்யப்போறே மேல்கொண்டு. அவசரப்பட்டிருக்க வேண்டாம்னு தோணுது!”

“அவன் அத்தனை பேசின பின்னால நான் மௌனமா இருக்க முடியுமாம்மா?”

"சரிடா ஜீவனம்! கடைலேயும் வருமானமில்லை!"

"நீ உதவ முடியும்மா!"

"எப்படி?"

"உன் நகைகளை அடமானம் வச்சு..."

"காதம்பரி சொன்னாளா?"

"அவள் சொன்னாளா இல்லையாங்கறதா பிரச்னை இப்ப? நான் உன் பிள்ளை. எனக்கு உன்கிட்ட கேட்க உரிமை இல்லையா?"

"த பாரு! உங்கப்பா பண்ணிப் போட்ட நகைகள்!"

"அதனால?"

"குழந்தைகள் எல்லாருக்கும் இது சொந்தம். உனக்கு மட்டும் நான் எப்படித் தர முடியும்?"

"காதம்பரி" நகைகளை எடுத்தப்ப, நீயேன்மா பேசலை?"

"அவ நீ வாங்கின கடனுக்குப் பொறுப்பாளி."

"நான் எதுக்கும்மா கடன் வாங்கினேன்?"

"வீட்டுச் செலவுக்குப் பத்தலை. வாங்கினே!"

"வீடுன்னா என்னம்மா?"

"கோபால் நீ என்ன பேசறனு எனக்குப் புரியலை!"

"வீடுன்னா எது? எல்லாரும் சேர்ந்ததுதான் வீடு. சொந்த வீடு. வாடகை இல்லை. அண்ணன் தன் சம்பளத்தை வாங்கி அப்படியே பேங்க்ல டெபாஸிட் பண்ணிட்டு பொதுவுல சாப்பிட்டுட்டு இருந்தான். அப்ப பேசினியா நீ? நான் மட்டுமா சாப்பிட்டேன்? நேரா நேரத்துக்கு விருந்து, எந்த நேரமும் வீட்ல இருபதுக்குக் குறையாம மனிதர்கள் கல்யாண சத்திரம் கெட்டுது. யார் பணம்மா? எல்லாம் செலவுக்கே போனா, சரக்கெடுக்க எங்கே பணம். சரக்கு இல்லாம எதை வியாபாரம் பண்றது?"

"கோபால் யாரைக் குற்றம் சாட்டறே?"

"ஏன்மா அனுபவிக்கும்போது எல்லாருக்கும். கஷ்டம் வந்தப்ப எனக்கு மட்டுமா? எங்கேம்மா காக்காக் கூட்டங்கள்?"

"நிறுத்துடா!"

"அம்மா!"

"நீ மட்டும் என்னடா? மஸ்லின் ஜிப்பா, மைனர் செயின், மல்லு வேட்டினு மிராசு மாதிரி திரிஞ்சியே. படிச்சியா ஒழுங்கா? உழைக்க நினைச்சியா? யாரைடா குறை காண்றே?"

"அம்மா!"

"நீ பிழைக்கணும், நீ உயரணும், உன் குடும்பம் தழைக்கணும்னு உணர்வு உனக்கு வேணும்டா. அவனவன் வாழ்க்கைல நல்லதோ, கெட்டதோ அவனவனுக்குத்தான் அனுபவம். உனக்கு வயசாகலை? குழந்தையா நீ?"

கோபால் ஆடிப்போனான்.

அம்மா ஒரு நொடியில் பாதையை எப்படி மாற்றிக் கொண்டு விட்டாள்?

என்னையே சார்ந்து, எனக்காகவே வாழ்ந்த அம்மா? என்னிடமே கேள்வி கேட்கத் தொடங்கியது ஏன்?

கோபால் இதை எதிர்பார்க்கவில்லை. பணம் உள்ளவரைதான் பந்தங்களா?

"தாய்கூட தடம் புரளும் யுகமா இது?"

நெருப்பில் நிற்பதுபோல இருந்தது.

கூடத்துக்கு வந்துவிட்டான். உரத்த குரலில் சொன்னான்.

"காதம்பரி! இந்த நிமிஷம் நீயும், நானும் அன்னக் காவடி. ஓட்டப் பந்தயத்துல எல்லாரும் பாதி தூரம் ஓடியாச்சு. நீயும், நானும் இனிமேதான் தொடங்கணும்!"

"கோபால்!"

"இரும்மா!"

"வாழ வந்தவகிட்ட என்ன பேசற?"

"இனிமேல் ஏன்மா ஒளிவு மறைவு? அனுபவிக்கற சுகங்களுக்கெல்லாம் நீ உட்பட எல்லாரும் வீதிக்கு வரும்போது அவ மட்டும்தானே என்கூட இருக்கா!"

"அவ ராசி அது!"

"நிறுத்தும்மா! உங்க முகங்களெல்லாம் எனக்குத் தெரிஞ்சு போச்சு!"

"என்னடா பேசற?"

"நீ புறப்படு! இங்கே நீ நின்னு பேசறது கூடக் கேவலம். மாளிகைவாசிக்கு அது அழகல்ல."

"கோபால்!"

"போதும்மா! உன் உதவாக்கரைப் பிள்ளையும் வாழ்வான் இந்த பூமில. உங்க வானத்துல இப்ப பௌர்ணமி. எங்களுக்கு இருட்டு. ஆனா நாளைக்கு இதே நிலவு எங்க பக்கமும் உதிக்கலாம். நீ புறப்படு"

அம்மா காதம்பரியை ஒருமாதிரி பார்த்துவிட்டுப் போய்விட்டாள்.

கோபால் ஒன்றும் பேசவில்லை.

ஒருமாதிரி உடைந்து போயிருந்தான்.

அவள் காது, மூக்கைக்கூட பசி விட்டுவைக்கவில்லை. கோபால் வெட்கப்பட்டான் தன்னிலைக்காக.

அதில் ஒரு வாரம் காலம் ஓடிவிட்டது.

அன்று மாலை ஏழு மணிக்கு கோபால் வீடு திரும்ப, சாப்பாடு போட்டாள் காதம்பரி.

"என்னங்க!"

"சொல்லு!"

“போன வாரம் பேப்பர் பார்த்து நானொரு அப்ளிகேஷன் போட்டேன். அதுக்கு நேர்முகத்துக்கு அழைப்பு வந்திருக்கு!”

“நீயா? வேலைக்கா?”

“தப்பில்லீங்க. கொஞ்சம் கால் ஊன்ற நமக்கு அவகாசம் வேண்டாமா? நம்ம குடும்பம்னு வந்துட்டா, ரெண்டுபேரும் உழைச்சுத்தானே ஆகணும். இதுல என்ன கேவலம்?”

கோபால் மௌனமாக இருந்தான்.

“கிடைக்குமா வேலை?”

“தெரியலை. பார்க்கணும்.”

“சரி, எந்த இடத்துல?”

“சாயா இன்டர்கான்டினென்டல்!”

“ஓட்டலா?”

“ம்..!”

“அது மோசமான ஓட்டலாச்சே! அங்கே உனக்கென்ன வேலை?”

“ரிசப்ஷனிஸ்ட்!”

“வேண்டாம் காதம்பரி. முதல்ல அங்கே கிடைக்கவே செய்யாது. வேலை வாங்கற வழிமுறையே வேற அங்கே. கிடைச்சாலும் பாதுகாப்பு இல்லாத இடம்!”

“பார்க்கக்கூடாதா?”

“காதம்பரி, உனக்கு புரியலை!”

“புரியுது. நம்மை பாதிக்கற எந்த செயலுக்கும் நான் உடன்பட மாட்டேன். புரிஞ்சுக்கணும் நீங்க!”

“.....”

“நிச்சயமாக நீங்களோ, நானோ தப்பான வழில பணம் சம்பாதிக்க மாட்டோம். அந்த நம்பிக்கை எனக்குண்டு. உங்களுக்கு இருக்கா?”

"காதம்பரி!"

"அனுமதியுங்க. கிடைச்ச பின்னால வேணுமா, வேண்டாமானு யோசிக்கலாம்."

அரை மனத்துடன் சம்மதித்தான்.

மறுநாள் காலை நேர்முகம் காண காதம்பரி புறப்பட்டாள்.

***

7

> **பெண் என்றும் புதுமையல்ல பெட்டகத்தில் பூட்டி வைக்க!**
> **பொத்தி பொத்தி வச்ச நாளெல்லாம் போயே போச்சு. அவளும்**
> **உழைத்தால்தான் அரைவயிற்றுக்கஞ்சி இது அவசர நிலை பிரகடனம்**
> **இது சம உரிமையா? நிர்பந்தமா? நாளைக்கும் நிலவு வரும்!**

சாயா இன்டர்கான்டினென்டல்.

அது நட்சத்திர அந்தஸ்த்து பெற்ற பிரபலமான ஓட்டல் சென்னையில். உள்ளே சற்றே பயத்துடன் நுழைந்தாள் காதம்பரி.

இத்தனை பெரிய இடத்திலிருந்து எனக்கு நேர்முகமா? கொஞ்சம் ஆச்சர்யமாகக்கூட இருந்தது.

ரிசப்ஷனில் கடிதத்தை தந்துவிட்டுக் காத்திருந்தாள்.

உள்ளே அழைப்பதாக ஆங்கிலத்தில் சொல்ல, தன் சேலைத் தலைப்பை இழுத்துப் போர்த்திக்கொண்டு நடந்தாள் காதம்பரி. பணியாளன் அந்த அறையைச் சுட்டிக்காட்ட, கனமான கதவைத் தள்ளினாள்.

உள்ளே நுழைய, லாட வடிவ மேஜைக்குப் பின்னால் மூன்று பேர். வணங்கினாள்.

உட்காரச் சொன்னார்கள்.

அவள் படிப்பு, வேலை அனுபவம், குடும்ப சூழ்நிலை என்று எல்லாம் கேட்டார்கள். எந்தெந்தத் தகவல்களைத் தர வேண்டுமோ, அவைகளை மட்டும் தன் அழகான, சரளமான

கான்வென்ட் ஆங்கிலத்தில் தங்குத் தடையில்லாமல் சீராகச் சொல்லிக் கொண்டு வந்தாள்.

அவர்களுக்கு அவள் பேசும்முறை பிடித்துவிட்டது.

“குட்! உங்க நாலட்ஜ் எங்களுக்கு உதவும்னு நம்பறம். ஆனா...!”

“சொல்லுங்க.”

“இது மாதிரி இழுத்து மூடிட்டு நீங்க வந்தா, இந்த வேலைக்கு அது உதவாது மிஸஸ் காதம்பரி!”

“ஸாரி மேக்கப் போட்டுட்டு வந்தாத்தான் இந்த வேலைனா, எனக்கிது வேண்டாம். நான் எப்பவுமே நானாத்தான் இருக்க விரும்புகிறேன். இங்கே வரப் போறவங்களுக்கு தகவல் தரக்கூடிய ஒரு ஊழியரா மட்டுமே இருக்க நான் விரும்பறேன். என் வசிகரம் காட்டி மயக்க நான் விரும்பலை. அப்படி ஒரு கட்டாயம் இருந்தா இந்த வேலை எனக்கு அவசியமில்லை...”

எழுந்து விட்டாள்.

“வெல்! உங்களுக்கு நாங்க தகவல் அனுப்புறோம்!”

காதம்பரி வெளியே வந்துவிட்டாள். பஸ் பிடித்து வீடு வந்து சேர, கோபால் உட்கார்ந்திருந்தான்.

“என்ன காதம்பரி?”

விவரம் முழுக்கச் சொன்னாள்.

“நான் நினைச்சேன். அது “அந்த” மாதிரி இடம்தான். உனக்கு அங்கே கிடைக்க வேண்டாம்னு விரும்பினேன் நான்!”

“இல்லீங்க! கிடைச்சா தாராளமா போகலாம். நம்ம மனசுல திடமிருந்தா, எங்கே வேணும்னாலும் வாழலாம்!”

“அது பிராத்தல் ஹவுஸ் காதம்பரி.”

“இருக்கட்டும். உடலை வித்து பிழைக்கற பெண்களுக்கான இடம். நமக்கென்னா? நம்மை யாரும் நெருங்கக்கூட முடியாது! புரியுதா?”

கோபால் ஆச்சர்யப்பட்டான்.

“காதம்பரி!”

“ம்..?”

“எப்படி உன்னால எந்த ஒரு விஷயத்திலும் இத்தனை தெளிவா, உறுதியா இருக்க முடியுது?”

காதம்பரி பதில் பேசாமல் சிரித்துக்கொண்டாள். சமையலை கவனிக்க உள்ளே போய்விட்டாள்.

கோபாலுக்கு நாளைய விடியல் கேள்விக் குறியானது.

காதம்பரியின் காதும் மூக்கும் மூளியாகிவிட்டது. இனிமேல் சாப்பாட்டுக்கு என்ன செய்வது?

நீ உழைக்கக் கூடாதா கோபால்!

எனக்குப் படிப்பும் போதாது. யார் அதுவும் இந்த வயதில் எனக்கு வேலை தருவார்கள்?

உழைக்காமல் அந்தஸ்துடன் வாழ்ந்து இருக்கும் நாட்களை வீணாக்கி விட்டேன். இன்றல்லவா அந்தக் கொடுமை புரிகிறது!

சுற்றியிருந்த உறவுகள் எல்லாம் மாயை.

பெற்ற தாய்கூட இப்படியா வஞ்சனை செய்வாள் ஒரு பிள்ளைக்கு?

இது ஏன் எனக்குப் புரியவில்லை?

“சுற்றியிருந்த அத்தனை காக்காய்க் கூட்டம் கல் விழுந்ததும் பறந்து விட்டதே!”

“என்னை ஒருமாதிரி மாயையிலிருந்து மீட்டாள் காதம்பரி!”

“தொடர்ந்து என்ன செய்வது என்ற கேள்வி பூதாகாரமாக அவனிடம் வளர்ந்து கொண்டே வந்தது!”

காதம்பரியிடம் கேட்டே விட்டான்.

"இப்ப நாம இருக்கற இடம் மெயின்ரோடு. இந்தக் கடையை நல்லவிதமா உபயோகப்படுத்தினா, நாலு காசு சம்பாதிக்கலாம்!"

"எப்படி காதம்பரி?"

"பெட்டிக் கடை மாதிரி மாத்திரலாம். பீடி, சிகரெட், பழங்கள், மிட்டாய், பிஸ்கெட்டுகள் போடறது. வெயில் காலத்துல் குளிர் பானங்கள், மழைக்காலத்துல டீ, தீபாவளி சமயத்துல பட்டாஸ், நவராத்திரில பொம்மைகள் இப்படி சீஸன் வியாபாரம் பண்ணினா?"

"சரி காதம்பரி! பணம் வேண்டாமா?"

"குறைஞ்ச வட்டிக்குப் பணம் தரக்கூடியவங்க உங்களுக்குத் தெரிஞ்சு இல்லையா?"

"வியாபார வட்டத்துல குறைஞ்ச வட்டிங்கறதே கெட்ட வார்த்தைமா!"

"சரி! சரக்குகளைத் தந்து உதவினாக்கூடப் போதும். அப்படி யாரும் உண்டா உங்களுக்குத் தெரிஞ்சு?"

"தெரியாதே காதம்பரி!"

"சரி கலங்க வேண்டாம். யோசனை பண்ணுவோம்!"

"எனக்கு நம்பிக்கையே விட்டுப்போச்சு. நாளைய நம்மோட வாழ்க்கை ஒரு பெரிய கேள்விக்குறியா இருக்கு காதம்பரி."

"தளர வேண்டாம். அதை ஆச்சர்யக்குறியா மாத்துவோம். கூட்டுக் குடும்பத்துல இருந்தப்ப, கட்டுப்பாடுகள் அதிகம். இப்பத் தனியா வந்துட்டம்."

"கிடைச்சா கஞ்சித் தண்ணி, கிடைக்காட்டி கொழாத் தண்ணினு, ஒரு கவிதை உண்டு. நமக்கது பொருந்தட்டுமே!"

அந்த வாரக் கடைசியில் பதிவுத் தபால் வந்தது காதம்பரிக்கு அந்த ஓட்டல் நிர்வாகம் அவளுக்கு வேலை தந்திருந்தது.

மாதம் ஆயிரம் ரூபாய் சம்பளம். அந்தக் கால கட்டத்தில் அது ரொம்பவும் நல்ல சம்பளம்தான். உடனடியாக அவளை வேலையில் சேரச் சொல்லி உத்தரவு அதில் இருந்தது.

கோபால் சந்தோஷப்பட்டான். கூடவே கவலையும் பட்டான்.

“நீ இந்த வேலைக்குப் போய்த்தான் ஆகணுமா காதம்பரி?”

“ஏன்பா?”

“எனக்கு கவலையா இருக்கு!”

“என்ன கவலை? உங்க காதம்பரியை யாரும், எதுவும் செய்ய முடியாதுனு உங்களுக்குத் தெரியாதா?”

“அ...அதுக்கில்லைமா!”

“பின்ன?”

“கட்டின பெண்டாட்டி... உன்னை வேலைக்கு அனுப்பிட்டு, நான் வீட்ல உட்கார்ந்து சாப்பிடறதா?”

“தப்பென்ன? நானும் உழைக்கக் கடமைப்பட்டவள் தான். நீங்களும் உழைக்கலாம். எப்படீன்னு அப்புறமா தீர்மானிக்கலாம். காலை ஊன்றி நிக்க இப்ப ஒரு சந்தர்ப்பம் அமைஞ்சிருக்கு. அதை விடவேண்டாம். இது நிரந்தரம்னு நானும் நினைக்கலை. ஓடற வரை ஓடட்டும்!”

மறுநாளே சாதாரண ஒரு சேலையைக் கட்டிக் கொண்டு, கொஞ்சமாக பவுடர் பூசி, சின்னதாக ஒரு பொட்டும் வைத்துக் கொண்டாள். சேலையை இழுத்துப் போர்த்திக் கொண்டாள்.

கோபாலிடம் சொல்லிக் கொண்டாள்.

புறப்பட்டாள்.

காலை சமைத்துவிட்டாள். மத்யான உணவு, காபி எல்லாம் தயாரித்து அவனுக்காக வைத்து விட்டாள். புறப்பட்டாள்.

அவள் போவதைப் பார்த்து யாரோ விவரம் சொல்ல, அரைமணி நேரத்தில் அம்மா வந்தாள்.

"காதம்பரி எங்கே?"

"அவளுக்கு வேலை கிடைச்சிருக்கு. இன்னிலேருந்து போறா!"

"எங்கே?"

"சாயா ஓட்டலல்ல ரிசப்ஷனிஸ்ட் வேலை!"

"சரிதான். உங்கிட்ட மிச்சமிருக்கறது மானம் ஒண்ணுதான். அதையும் காத்துல பறக்கவிடப் போறாளா?"

"அம்மா!"

"அது பிராத்தல் ஹவுஸ்!"

"இருக்கட்டும். காதம்பரியை எதுவும் பாதிக்காது. அவளுக்கு ஒட்டாம நிக்கற சாதுர்யம் உண்டு!"

"நிஜம் தான்! குடும்பத்துல ஒட்டிட்டு இருந்த அண்ணன்-தம்பியை பிரிச்சு வெளில கொண்டு வந்துட்டாளே!"

"நிறுத்து! அபாண்டமாப் பேசாதே! என்னை வீட்டைவிட்டு எல்லாருமா விரட்டிட்டு அப்பாவி மேல பழி போட்டா என்ன அர்த்தம். அண்ணன் பணம் தந்தானா? நீ நகை தந்தியா? காதுல மூக்குலகூட இல்லை. அத்தனையும் தந்துட்டு குத்தலா ஒரு வார்த்தைகூட காதம்பரி பேசலை. இன்னமும் அவளை தூஷனை பண்றதை நான் கேட்டுட்டு இருந்தா, ஆம்பளயே இல்லை அப்புறம்."

அம்மாவுக்கு முகம் வெளிறிவிட்டது.

"சரிடா நான் பேசலை! இதுல எனக்கொண்ணும் இல்லை!"

"அப்படீன்னா, காதம்பரி மேல நீயும் கல் வீசாதே!"

"நான் யார் மேலயும் கல் வீசலை. ஆனா, அவளை வேலைக்கு அனுப்பிட்டு, நீ இப்படி மாட்டுக்காரனாட்டம் உட்கார்ந்திருந்தா, ஊர் உன்னைக் காறித் துப்பும். உன் பொண்டாட்டி நல்லவள்னு நீயும், நானும் நம்புறது முக்கியமில்லை. அவ வேலைக்குப் போற இடம் அப்படி. அவளை 'விட்டு' நீ பிழைக்கறதா நாலுபேர் பேசணுமா?"

“அம்மா!” கோபால் அலறிவிட்டான்.

“ஆத்திரப்பட்டு லாபமில்லை கோபால். ஆர அமர யோசி. உனக்கே புரியும். நான் வர்றேன்!”

அம்மா போய்விட்டாள்.

கோபாலுக்கே மனது ஆடிவிட்டது கொஞ்ச நேரம்.

நீ நல்லவள் தான்! ஒப்பனைகூட வேண்டாம் என்று ஒளிவு மறைவு இல்லாமல் சொன்னதாலே உனக்கு வேலை தரப்பட்டிருக்கலாம்...

“ஆனால் ““சாயா”” நல்ல இடமல்ல!”

“அது பனைமரத்தடி. நீ குடிக்கப்போவது பால் என்று யார் நம்புவார்கள்?”

யோசிக்க, யோசிக்க பிரச்சினை விசுவரூபமெடுத்தது.

சரி மாலை காதம்பரி வரட்டும். இதுபற்றி விவாதித்து ஒரு முடிவுக்கு வர வேண்டும்!

ஓரளவு சோர்ந்து போயிருந்தான் கோபால்.

அதே நேரம் ட்யூட்டியில் சேர்ந்த காதம்பரி உற்சாகமாக இயங்கிக் கொண்டிருந்தாள்.

வேலை நிறையவே இருந்தது.

கூடவே இன்னொரு ரிசப்ஷனிஸ்ட் இருந்தாள். அவள் ராஜினாமா செய்வதால் தான் காதம்பரிக்கு இந்த இடம்.

வேலை கற்றுத்தர அவள் இரண்டொரு நாட்கள் வர வேண்டும் என்று நிர்வாகம் கேட்டுக்கொண்டதால் அவள் இருந்தாள்.

“நீங்க ஏன் ராஜினாமா?”

“அவருக்குப் பிடிக்கலை. அது மட்டுமில்லை. இங்கே சமாளிக்கறதும் கஷ்டம்தான். பிராத்தல் ஹவுஸ் இது!”

“என்ன பிரச்னைகள்?”

"சமூகத்துல மேல் மட்டத்து ஆட்கள் அத்தனை பேரும் வரக்கூடிய இடம். அவனுங்களோட மறுபக்கம்தான் இந்த ஓட்டல். காண சகிக்காத காட்சிகள் கண் முன்னால் பார்க்க வேண்டிவரும்!"

"நமக்கு என்ன தொந்தரவு?"

"சமயத்துல நல்லா குடிச்சிட்டு வந்து நம்மையே கேட்பான். சமாளிக்கணும். அந்தத் தொல்லைகள் அதிகமானதால் தான் ராஜினாமா முடிவுக்கு வந்துட்டேன்!"

அந்த ரெஜினா கனமான ஒப்பனையில்தான் இருந்தாள்.

தகவல் என்று பலான வேலைகள்தான் முழுக்க முழுக்க

அன்று மாலையாகி விட்டது.

"நாளைக்கு நான் வந்தாப் போதுமா காதம்பரி?"

"அவசியமில்லை ரெஜினா. நான் புரிஞ்சுகிட்டேன். சமாளிச்சுப்பேன். நீங்க வேண்டாம்!"

"தேங்க்யூ! நீங்ககூட நல்ல வேலை கிடைச்சிட்டா, இதை விட்ருங்க காதம்பரி!"

ஆறரை மணிக்கு வீட்டுக்குள் நுழைந்தாள் காதம்பரி.

விளக்குகூட போடாமல் கோபால் உட்கார்ந்திருந்தான்.

"ஏன்பா? விளக்குப் போடலையா?"

வெளிச்சத்தை உற்பத்தி செய்துவிட்டு உள்ளே போனாள். அவனது பிற்பகல் உணவு, காபி எல்லாம் அப்படியே இருந்தது. கொஞ்சம் திடுக்கிட்டாள் காதம்பரி

அருகில் நெருங்கினாள்.

"உங்களுக்கு உடம்பு சரியில்லையா?"

"இ..இல்லை காதம்பரி!"

"நீங்க எதையும் சாப்பிடலை! விளக்குகூட போடாம உட்கார்ந்திருந்தா என்ன அர்த்தம்?"

"என்னப்பா குழப்பம் உங்களுக்கு?"

நீ அந்த வேலைக்குப் போக வேண்டாம் காதம்பரி. பட்டினிகிடந்து ரெண்டுபேர் செத்துட்டாக்கூடத் தேவலை. நமக்கு மானம் மரியாதைதான் பெரிசு!

"அத்தை வந்தாங்களா?"

அதிர்ந்து போனான் கோபால்.

"ஒரே கேள்வியில் அவள் பேசவேண்டிய அத்தனையும் பேசி விட்டாள். எப்படி? எப்படி யூகித்தாள்?"

"அ... அதுக்கும், நான் பேசறதுக்கும் என்ன சம்பந்தம் காதம்பரி?" அவன் குரல் இறங்கிவிட்டது.

"நான் சொல்றேன்னு நீங்க தப்பா எடுத்துக்க வேண்டாம். கோவப்படவும் வேண்டாம்!"

"சொல்லு காதம்பரி!"

"உங்களுக்கு தன்னம்பிக்கை குறைச்சல். சஞ்சலப்படற மனசு அதிகம். உங்களோட ரொம்பப் பெரிய பலவீனம் இதுதான். அதுகூட, உங்க குற்றமில்லை. நீங்க வளர்ந்த சூழ்நிலை அப்படி!"

"அம்மாவை இடிக்கறியா?"

"அய்யோ... நான் ஏன்பா மத்தவங்களை இடிக்கணும்? நான் படற இடி போதாதா?"

"அம்மா சொன்னது என்னானா..?"

"பொண்டாட்டியை பிராத்தல் ஹவுஸ்ல விட்டுட்டு, உட்கார்ந்து சாப்பிடறான் கோபால்னு ஊர் உங்க மூஞ்சில காறித் துப்பும்னு அத்தை சொல்லியிருப்பாங்க. அதானே..?"

"நீ... நீ எப்படி காதம்பரி?"

"ஒருமுறை முகம் பார்த்தாலே மனசை எடை போடத் தெரியும் எனக்கு. ஒரு வருஷத்துக்கு மேலா அத்தைகூடப்

பழகியிருக்கேன். அவங்க எப்ப என்ன பேசுவாங்கனு எனக்குத் தெரியாதா?"

"அம்மா சொல்றதுல நியாயம் இல்லையா காதம்பரி?"

"யார் இல்லைனு சொன்னது? "சாயா"" மோசமான இடம்தான். தாமரை இலைல தண்ணீ ஒட்டுதா? அதுமாதிரி வாழத் தெரிஞ்சவள் நான். நம்ம சம்மதம் இல்லாம எந்தத் தப்பும் நிகழ முடியாது. பணத்துக்காக உலகத்துல எல்லாம் தான் நடக்கும். நேற்றுவரை பிள்ளையா இருந்த உங்களை சொள்ளையா வெளியே தூக்கி எறிஞ்சிட்டாங்க. ஏன்? காரணம் பாழாப்போன இந்தப் பணம்தான். உங்க கௌரவமும், மான அவமானங்களும் சம்பந்தப்பட்டவங்களுக்கு உசத்தினா, இப்பிடி வீதில நம்ம ரெண்டு பேரையும் உட்கார வச்சிருப்பாங்களா? இதைமட்டும் ஊர் பேசாதா?"

"காதம்பரி!"

"ஊர் எதைப்பா பேசலை? முன்னால எது ஊர்? வம்பு மடங்கள் நாலு பேர் சேர்ந்தா அதுக்குப் பேரு ஊரா? உழைச்சுச் சாப்பிட்டாத்தான் உயர்வுனு நினைக்கற ஒரு பெண்ணை அவதூறு பேசறது சுலபம். நான் கேக்கறேன்னு தப்பா நினைக்க வேண்டாம். அவங்க எல்லாரும் இப்ப உங்க கஷ்டத்துல ஏன் பங்குக்கு வரலை?"

கோபால் பேச முடியாமல் தத்தளித்தான்.

"நான் குத்திக்காட்டலை. யாரும் விரும்பலைனா வரவும் வேண்டாம். ஆனா வாழ நினைக்கற நம்ம வீட்ல புயலை உண்டாக்க வேண்டாம். அப்படி ஒரு புயல் உருவாக இருந்தா, அதைத் தடுத்து நிறுத்தறது இனி உங்க பொறுப்பு. புரியுதா?"

"சரி காதம்பரி!"

"என்மேல கோவமாப்பா?"

"இல்லை. எந்தப் பிரச்னைகளையும் பேசித் தீர்த்துக்க முடியும்னு நீ திரும்பத் திரும்ப நிரூபிக்கத் தொடங்கிட்டே!"

“பசிக்கும் உங்களுக்கு. சாப்பிடலாம், வாங்க!”

ஒரு வார காலம் ஓடிவிட்டது.

வேலை ஏறுமாறாக இருந்தாலும் காதம்பரியை எதுவும் தீண்டவில்லை.

இன்னும் சொல்லப்போனால் அவளது சுறுசுறுப்பில் கஸ்டமர்களின் எண்ணிக்கை கூடிப்போனது.

அவளது சிரித்த முகமும் சரளமான ஆங்கிலமும், சரியான உழைப்பும் நிர்வாகத்தையே திரும்பிப் பார்க்க வைத்தது.

அங்கு வரும் விலைமாதுகள்கூட, தன் மனச்சுமையை இறக்கி வைக்கும் நல்ல ஒரு தோழியாக காதம்பரியை கருதத் தொடங்கிவிட்டார்கள்.

காதம்பரி முதல் சம்பளத்தை வாங்கிவிட்டாள். அதுவரை இழுத்துப் பிடித்து குடும்பத்தை எப்படியோ நடத்தி விட்டாள். முதல் சம்பளத்தை கோபாலின் கையில் கொண்டு வந்து தந்தாள்.

“இதை வாங்கவே எனக்குக் கூசுது காதம்பரி!”

“ஏன்?”

“உன்னை உட்கார வச்சு செய்ய வேண்டிய நான், இப்ப உட்கார்ந்து சாப்பிடறேன் உன் உழைப்புல!”

“எதுக்காக பிரிச்சுப் பேசறீங்க? இதெல்லாம் தற்காலிக நிவாரணம். எல்லாம் சரியாகும். நீ, நான்னு நமக்குள்ள ஏன்பா பிரிவினை? வேண்டவே வேண்டாம்.”

“மனசு குத்துது காதம்பரி!”

“நீங்களும் உழைக்கலாம். அதுக்குள்ள நேரம் சீக்கிரம் வரும். ஒண்ணு செய்வம். இது கோடைகாலம். இந்த சம்பளப் பணத்துலேருந்து கொஞ்சம் எடுத்து முதலீடு பண்ணலாம். குளிர் பானங்களை நாமே தயாரிச்சு விற்பனை தொடங்கலாம்!”

“சரிப்படுமா?”

"அதுல நாலு சதவீதம் லாபம் கிடைக்கும். சின்னதா தொடங்குங்க. ஒரு நாளைக்கு அம்பது ரூபா சம்பாதிச்சாலே மாசம் ஆயிரத்து ஐநூறு ரூபா. என்னைவிட அதிக வருமானம் உங்களுக்கு முடியாதா?"

கோபாலுக்கு உற்சாகம் வந்தது.

"வீட்ல எப்படி காதம்பரி தயாரிக்கறது? முடியுமா?"

"பேப்பர், பேனா எடுங்க! லிஸ்ட் எழுதலாம்!" அவன் உட்கார்ந்தான்,

"குளிர்பானத்துக்கான பவுடர் ஒன்று விற்பனையில் இருந்தது. அதை எழுதச் சொன்னாள். அப்புறம் சர்க்கரை... கொஞ்சம் ஐஸ். ஊத்திக் குடுக்க கண்ணாடி டம்ளர்கள். கூட்டுங்க!"

"நூத்தம்பது ரூபாதான் ஆகுது காதம்பரி!"

"இதுல நூத்தம்பது டம்ளர்கள் தயாரிக்கலாம், ஒரு நாளைக்கு. அதுமாதிரி அறுநூறு ரூபாய். நாலே நாள்ள நாலு பங்கு. அந்தப் பணத்தையே திரும்பவும் முதலீடு செய்யலாம்!"

கோபாலுக்கு உற்சாகம் பிய்த்துக்கொண்டு போனது.

"காதம்பரி நான் வருத்தப்படறேன்!"

"எதுக்கு?"

"கல்யாணமாகி நீ வந்த புதுசுல நம்ம பழைய கடை வியாபாரம் பற்றி உன்கிட்ட நான் விவாதிச்சிருந்தாக்கூட நஷ்டமில்லாம காப்பாற்றியிருக்கலாம்!"

"போகட்டும்! பழசு எதுக்கு? இனிமே நடக்கறது நல்லதா இருக்கட்டும்!"

மறுநாள் சீக்கிரமே எழுந்து முதல் நாளே வாங்கி வைத்திருந்த பொருட்களை குளிர்பானமாகத் தயாரித்து ருசி பார்த்து, அதை ஐஸ் பெட்டிக்குள் சேமித்து, பின் சமையல் முடித்து அவசரமாக வேலைக்குப் புறப்பட்டாள் காதம்பரி.

அன்று ஒரு வங்கியின் கான்ஃப்ரன்ஸ் அந்த ஓட்டலில் நடப்பதாக இருந்தது.

அதற்கான முன்னேற்பாடுகள் துரிதமாக, அழகாக அவர்களுக்காகச் செய்து கொடுத்தாள் காதம்பரி.

நாலு மணிக்கு மண்டல மேலாளர் வந்து மேற்பார்வையிட்டார். ஏற்பாடுகளை யார் செய்தது எனக் கேட்க, காதம்பரியைக் காண்பித்தார்கள்.

“நீதான் இங்கே ரிசப்ஷனிஸ்டா?”

“ஆமாம்!”

“மேக்கப் போட மாட்டியா?”

“அவசியமில்லை. போலித்தனத்தை நான் விரும்பலை!”

“நீ என் ரூமுக்கு வர முடியுமா? கொஞ்சம் பேசணும்!”

நாலரை மணிக்கு அவருக்காக ஒதுக்கப்பட்ட டீலக்ஸ் அறைக்குள் நுழைந்தாள் காதம்பரி.

***

8

கெட்ட பின்பு ஞானி என்றார் கவிஞர் இங்கு கெடுவதற்காக ஞானியாகிறார்கள் அல்லது ஞானியான பின் கெடுகிறார்கள் நிஜத்தின் விகாரம் உறுத்துவதால் நிழலே நிஜம் என்ற அப்பட்டமான பொய் நாளைக்கும் நிலவு வரும்

"உட்காரம்மா..."

"இருக்கட்டும் சார். என்ன விஷயம்?"

"இதுமாதிரி ஒரு ஓட்டல்ல, இத்தனை குடும்பத்தனமான ஒரு பெண்ணா? அதுவும் ரிசப்ஷனிஸ்டா?"

".....!"

"உன்னால் வியாபாரம் கூடியிருக்குனு சொல்றார் நிர்வாகி. இது ஆச்சர்யம்!"

"ஆனா, உண்மை!"

"பகட்டும், பளபளப்பும் பொய்னு நிரூபிச்ச முதல் பெண்மணி இங்கே நீதான்னு நினைக்கறேன்!"

"தேங்க் யூ ஸார்!"

"உன் உழைப்பும் மொழிப்புலமையும், புத்திசாலித் தனமும் எனக்கு ரொம்பப் பிடிச்சிருக்கு. எங்க வங்கில உனக்கு ஏதாவது வேலை தந்தா நீ செய்வியாம்மா?"

காதம்பரி பேசவில்லை.

“என்னம்மா பதில் பேசலை? இந்த ஓட்டல்ல கௌரவம் இல்லை. உன்னால நிலைச்சு நிற்க முடியாது. ஆனா வங்கி வேலை அப்படி அல்ல!”

“சார்!”

“சொல்லும்மா!”

“உதவிகள் செய்யற எண்ணத்தோட நீங்க வந்தது என் அதிர்ஷ்டம். அதை நான் கேக்கற விதத்துல தர முடியுமா?”

“எப்படிம்மா?”

“நான் வங்கில சேர்ந்து, உயர் பதவிகளை அடைஞ்சு உயரம் தொட்டு வாழறது இங்கே முக்கியமில்லை.”

“பின்ன?”

“என்னை விட என் கணவர் தன்னம்பிக்கை பெறணும். அவர் உழைப்புல நான் வாழற நாட்கள் வரணும்!”

“அவருக்கு வங்கில வேலை தரணுமா? என்ன படிச்சிருக்கார்?”

“வேலை வேண்டாம் சார். நாங்க ஒரு பெட்டிக்கடை போல தொடங்கறம். அதுக்கு முதலீடு வேணும். நீங்க லோன் தந்து உதவினா, வட்டியோட மாசா மாசம் பணத்தைத் திரும்பக் கட்டறம். தந்து உதவ முடியுமா சார்!”

“நீ இந்த வேலையை விட்ருவியா?”

“நிச்சயமா இல்லை. அவர் அதுல உழைக்கட்டும். நான் இதுல உழைக்கறேன். உயர முடியாதா சார்?”

அவளை சற்றே பெருமையுடன் பார்த்தார்.

“நல்லதும்மா! எவ்ளோ வேணும் உனக்கு?”

“பத்தாயிரம் ரூபாய் சார். அசலோட வட்டியும் சேர்த்து ரெண்டே வருஷத்துல அடைச்சிர்றம்.”

“தர்றேன். நாளைக்கு அப்ளிகேஷன் தந்து அனுப்பறேன். நீ பூர்த்தி பண்ணிக் குடு.”

"சார்! எனக்கு கியாரண்டி தர யாருமில்லை!"

"உனக்கது அவசியமில்லைமா. உன்னைவிட உத்தரவாதமுள்ள ஒரு பெண்ணை எங்கே போய் நான் தேடறது? நானே கியாரண்டி போட்டுக்கறேன்."

இந்த வாரக் கடைசில நீ வந்து பணம் வாங்கிக்க!

"ரொம்ப நன்றி சார்! இந்த உதவியை நான் மறக்..."

"நோ... நோ... பார்மாலிட்டி வேண்டாம்மா. நீ போகலாம்!"

காதம்பரி சந்தோஷத்துடன் வெளிப்பட்டாள். வங்கி மேலாளரின் அறையில் வெகுநேரம் அவள் இருந்ததால், எல்லாரும் ஒருமாதிரிப் பார்த்தார்கள்.

ஓட்டல் அந்த மாதிரி. அதனால் அப்படிப்பட்ட பார்வைகளை தவிர்க்க முடியாது தான்.

காதம்பரி அதை உணர்ந்ததால் பெரிதுபடுத்தவில்லை.

வீடு திரும்ப ஏழாகிவிட்டது.

"இன்னிக்கு வியாபாரம் நல்லா இருந்தது காதம்பரி. நீ கரைச்சு வெச்சிட்டுப் போன நூத்தி இருபது டம்ளர்களும் போயாச்சு. எனக்கு செய்யத் தெரியில!"

காதம்பரி சிரித்தாள்.

"நிறைய சரக்கு போடுங்க சார். பிரமாதமா விற்கும்னு சொல்றாங்க எல்லாரும்!"

"போடலாம். அதுக்கான ஏற்பாடுகளோடதான் வந்திருக்கேன். கடையை மூடிட்டு உள்ள வாங்க, பேசலாம்!"

இரவு சமையலுக்கான ஏற்பாடுகளைச் செய்து கொண்டே விவரம் சொன்னாள் காதம்பரி.

"நம்மால் கட்ட முடியுமா?"

"ஏன் முடியாது? கடைல வந்த பணத்தை பேங்க்ல அடைச்சிர்றது. என் சம்பளத்துல சாப்பிட்டுக்கலாம் இல்லை?"

“ஆமாம் காதம்பரி!”

“ரெண்டே வருஷத்துல கடன் அடைஞ்சுரும். அப்புறம் வர்றதெல்லாம் வீட்டுக்குத்தானே?”

“ஆமாம்மா!”

மறுநாளே செயல்படத் தொடங்கிவிட்டார்கள். அந்த வாரக் கடைசியில் லோன் தயாராகிவிட்டது.

ஒருநாள் லீவு போட்டுவிட்டு கோபாலையும் அழைத்துக் கொண்டு பணம் வாங்க, வங்கிக்குச் சென்றாள் காதம்பரி.

தனியறையில் உட்கார்த்தி வைக்கப்பட்டார்கள் இருவரும்.

மானேஜர் பிஸியாக இருந்தார்.

“புது பார்ட்டியா?”

பக்கத்து அறையிலிருந்து குரல்.

“ம்..!”

“எவ்ளோ லோன்?”

“பத்தாயிரம் ரூபாய்டா!”

“யம்மாடா! எதுக்காம்?”

“அப்ளிகேஷன்ல சிறுதொழில்னு போட்டிருக்கு. ஆனா பெரிய தொழில் நடக்குது. அதான் லோன்!”

“புரியில!”

“அந்தம்மா ““சாயா””ல ரிசப்ஷனிஸ்ட். நம்மாள் - ஜியெம்தான் அடிக்கடி அங்கே போவாரு! ரூம் போட்டு ரெண்டுபேருமா ஜல்சா, அது போதாதா? இதுகூட சிறு தொழில்தானே? உடனே பத்தாயிரம் ரூபா லோன் அந்தம்மா திருப்பியா அடைக்கப் போகுது?”

“கல்யாணம் ஆன பொம்பளையா?”

“புருஷன்?”

“வெறும் பய. காசு வந்தா போதும் அவனுக்கு. இல்லைனா ‘“சாயா”’ல பொண்டாட்டியை வேலைக்கு. விடுவானா? கூட்டிக் குடுக்கற வேலை சுலபம். நாலுபேர் வர்ற இடம். கடை விரிக்கத் தோதான சூழ்நிலை. நானும் பொம்பளையாப் பொறந்திருந்தா சாயால வேலைக்குச் சேர்ந்திருப்பேன்!”

கோபால் உட்கார முடியாமல் எழுந்து வெளியே வந்துவிட்டான். வங்கியை விட்டே வெளியே வந்து விட்டான்.

காதம்பரி பின்னால் ஓடி வந்தாள்.

“போகலாம் வா!”

“இன்னும் ஜியெம் கூப்பிடலை. லோன் கைக்கு வரலை. எவனோ பேசற பேச்சுக்கு மதிப்பு தரணுமாப்பா? ப்ளீஸ்! அவசரப்படாதீங்க. நமக்கு முன்னேற்றத்தோட முதல்படி இது. உங்க காதம்பரியை நீங்க நம்பலையா?”

“அதில்லை காதம்பரி. இதுமாதிரி பேச்சுக்களைக் கேட்க எந்த புருஷனுக்கும் சக்தி இருக்காது. ஆம்பளையாப் பொறந்தாத்தான் அந்த வலி புரியும்.”

ப்யூன் ஓடி வந்தான்.

“எங்கே நீங்க ரெண்டுபேரும். ஜியெம் கூப்பிடறார் உங்களை!”

“நான் வரலை!”

“ப்ளீஸ்பா! பிடிவாதம் பிடிக்கற நேரம் இல்லை இது! ஒரு உதவாக்கரை விமர்சனம் நம்ம வாழ்க்கையை பாழாக்கக் கூடாது.”

“இல்லை காதம்பரி! எனக்கு அந்த ஜியெம்மைப் பார்க்க இஷ்டமில்லை.”

காதம்பரி அவனை ஒரு நொடி உற்றுப் பார்த்தாள்.

“நீ போ காதம்பரி!”

உள் குரல் ஆணையிட்டது.

"போகலாமா? இவர் பேச்சை மீறிப் போவதால் நாளை தாம்பத்யம் உடைந்து போனால்?"

"போகாது! கணவன் முக்கியம்தான். ஆனால் அவனது வரட்டுப் பிடிவாதத்தால், புரிந்துகொள்ளாத பிடிவாதத்தால் வாழ்க்கை கேள்விக் குறியாகும் பட்சத்தில் மனைவி அதற்கு துணை நிற்பது அழகல்ல!"

கோபாலை ஒருமுறை பார்த்துவிட்டு, உள் நோக்கி நடந்தாள் காதம்பரி.

கோபால் சற்றே அதிர்ச்சியுடன் அவளையே பார்த்துக் கொண்டு நின்றான்.

காதம்பரி உள்ளே போவதைப் பார்த்து கோபால் அதிர்ந்து நின்றான். நாலைந்து நிமிடங்கள் நகர, ப்யூன் வெளியே வந்தான்.

"மானேஜர் உங்களை அழைக்கிறார்!"

கோபால் தன் கடுகடுத்த முகம் கொஞ்சமும் மாறாமல் உள்ளே நுழைந்தான்.

காதம்பரி ஒரு ஓரமாக நின்று கொண்டிருந்தாள்.

"வாங்க மிஸ்டர் கோபால். அப்படி உட்காருங்க!"

கோபால் உட்கார்ந்தான்.

"லோன் உங்களுக்கு வேண்டாமா?"

நிமிர்ந்தான்.

"சரி உங்க விருப்பம். ஆனா ஒரே ஒரு விளக்கத்தை உங்களுக்குத் தரவேண்டிய கடமை எனக்குண்டு!"

"யாரோ ரெண்டுபேர் பேசின தவறான பேச்சுக்கு மதிப்பு தந்து இதை நீங்க புறக்கணிக்கறது நியாயமில்லை. உங்க மனைவியோட அடக்கத்தை, புத்திகூர்மையைப் பார்த்து வங்கில நல்ல சம்பளத்துல

வேலை தர்றேன்னு தான் முதல்ல சொன்னேன். அதை நிராகரிச்சு, ஒரு லோன் தரமுடியுமானு கேட்டாங்க. காரணம் உங்களுக்காக தொழில் தொடங்கனும்னு புரிஞ்சுகிட்டேன். தன் வாய்ப்புகளை உதறிட்டு, கணவனுக்காக அதை உண்டாக்கித் தர்ற மனைவிமேல கோவப்படறது நியாயமா கோபால்?"

கோபால் சட்டென நெகிழ்ந்து போனான்.

எழுந்துவிட்டான்.

"ஸாரி ஸார்! நீங்க லோன் குடுங்க. நல்லபடியா நான் பயன்படுத்திக்கறேன்!"

"வெல்! இது நல்ல தீர்மானம். இந்த பத்திரங்கள்ல ரெண்டுபேருமா கையெழுத்துப் போடுங்க!"

காதம்பரி நன்றியுடன் அவரைப் பார்த்துச் சிரித்தாள்.

பிறகென்ன?

நடைமுறைகள் சுலபமாகி, பதினைந்து நிமிடங்களில் காசோலை கைக்குக் கிடைக்க, அங்கேயே புதுக்கணக்கு தொடங்கி, அதில் போட்டு, பத்தாயிரம் ரூபாய் பணத்தை எடுத்துவிட்டார்கள்.

இருவரும் வெளியில் வந்தபோது உலகம் புதிதாகத் தோன்றியது.

"முதல்ல இதைக் கொண்டுபோய் சாமியிடம் வச்சிட்டு, அப்புறமா பொருட்களை வாங்கலாம்!"

"சரிம்மா!"

வீட்டுக்குள் நுழைந்ததும் அவள் கைகளைப் பிடித்துக் கொண்டான் கோபால்.

"என்னை மன்னிச்சிடு காதம்பரி!"

"என்னப்பா நீங்க?"

"என் தாலியைச் சுமந்துட்டு இந்த வீட்டுக்கு வந்த பின்னால உன் தியாகங்களுக்கு ஒரு வரையறையே இல்லை. உனக்கு

முன்னால நான் வெக்கப்பட்டு தலை குனியறேன். கொஞ்சமா உன்னை ஆட்டி வச்சிருக்கேன் நான். அதுக்காக இப்ப நான் அழாத நாளில்லை. ஐம்பத்துல மட்டுமே குடுத்தனம் நடத்தி, வீதிக்கு வந்தவங்களுக்கு நானொரு பாடம் காதம்பரி!"

"போதும்! இனிமே பழசு வேண்டாம். நடக்கப் போறதை யோசிப்பம்!"

"சொல்லு!"

"இதுக்கு ஒரு பட்டியல் போட்டு, பொருட்களை வாங்கலாம். கடை சின்னதுதான். அதுல மக்களோட அன்றாட அத்யாவசியமான தேவைகள் மட்டுமே இருக்கணும். சொல்லிட்டே வாங்க!"

சிகரெட், பீடி, வாழைப்பழம் என்று தொடங்கி பட்டியல் இட்டுக்கொண்டே வந்தார்கள்.

தேவையான அளவுகளைப் போட்டு உத்தேச விலை போட்டு கணக்கிட எட்டாயிரத்துச் சில்லறை வந்தது.

"இப்போதைக்கு இது போதும்பா!"

"புறப்படு! ரெண்டுபேருமாப் போய் வாங்கிட்டு வந்திரலாம்!"

"உங்களுக்குப் பசிக்கலையா?"

"அப்படி ஒரு ஞாபகமே வரலை எனக்கு"

"எனக்குப் பசிக்குது. வாங்க ஒரு வாய் சாப்டுட்டு அப்புறமா புறப்படலாம்!"

இருவரும் பிளேட்டில் சாதத்தைப் போட்டுக்கொண்டு பிசையத் தொடங்க, மாமா உள்ளே நுழைந்தார்.

"கோபால்! இருக்கியா?"

"வாங்க மாமா!"

"திடீர்னு கை, கால் இழுத்திருக்கு உங்கம்மாவுக்கு. ஒரு பக்கம் வரவேமாட்டேங்குது. சேது டாக்டரைக் கூட்டிட்டு வரப் போயிருக்கான்!"

சாப்பாட்டை அப்படியே வைத்துவிட்டு காதம்பரியும், அவனும் எழுந்து விட்டார்கள்.

அவசரமாகக் கதவைப் பூட்டிக்கொண்டு இருவரும் வாசலில் இறங்கி விட்டார்கள். வீட்டை அடையும்போது டாக்டர் வந்திருந்தார். கோபாலைப் பார்த்ததும் அம்மா அழத் தொடங்கினாள்.

டாக்டர் வெளியே வந்தார்.

"பக்கவாதம்தான். ஆனா ரொம்ப அதிகமாத் தாக்கலை, முறையா சிகிச்சை தந்து ஃபிஸியோதெரபி நடந்தா, நடமாடற அளவுக்கு, அட்லீஸ்ட் வீட்டுக்குள்ள, நான் மருந்துகளை எழுதித் தந்துட்டுப் போறேன். இப்ப ஒரு வார காலம் எல்லாம் படுக்கைல நடக்கட்டும்!"

அவர் போய்விட்டார். பேசும் சக்தியை அம்மா இழந்திருக்கவில்லை,

"அய்யோ... எனக்கு இப்படியொரு நிலைமை உண்டாகிப் போச்சே! நான் யாருக்குக் கெடுதல் செஞ்சேன்!"

மஞ்சுளா பதிலே பேசாமல் உள்ளே போனாள். போகும்போது சைகை செய்தாள் கணவனைப் பார்த்து.

அவன் பின் தொடர்ந்தான்.

"தபாருங்க! படுக்கைல இருந்தபடிக்கு மல, மூத்திரம் எல்லாம் போவாங்க. என்னால் அதையெல்லாம் சுத்தம் பண்ண முடியாது!"

"மஞ்சு..."

"ஏன் நான் மட்டும்தானா? அவளும் இருக்காளே!" கோபால் அங்கு வர,

"அவ காலைல எழுந்தா கைப்பையை கட்டிட்டு சொகுசாப் போவா... நான் வீட்ல கிடந்து சாகணுமா? எனக்கு மட்டும் தலையெழுத்தா?"

“சரி. நான் ஒப்புக்கறேன். திடீர்னு வியாதி வந்ததும் அம்மாவைத் தள்ளிவிட்ட மாதிரி தோணக்கூடாது இல்லையா?”

“அது உங்க சாமர்த்தியம். இல்லைனா இந்த வீட்ல நான் இருக்கமாட்டேன்!”

“சரி சரி. வெளியே வா!”

கோபால் சட்டென நகர்ந்து கூடத்துக்கு வந்தான்.

சேது வெளியே வந்து, கோபாலை அழைத்தான். கோபால் பின் தொடர்ந்தான்.

“கோபால்!”

“ம்..!”

“நீ அம்மாவைக் கூட்டிட்டு போயிரு!”

“காதம்பரி வேலைக்கும் போயிட்டு எப்படிண்ணா?”

“இவளால முடியாது கோபால். இவளுக்கு உடம்பில் வலு இல்லை. நானா அம்மாவை போகச் சொல்லக் கூடாது. நீதான்...!”

“ஸாரி சேது... நான் அம்...”

“... நாங்க கூட்டிட்டு போறம். நீங்க போய் ஒரு. ஆட்டோ கொண்டுவாங்க!” காதம்பரி சொன்னபடி அங்கு வந்தாள்.

கோபால் அவளைப் பார்த்தான்.

பிறகு பேசிக் கொள்ளலாம் என்ற அர்த்தத்தில் ஒரு பார்வை பார்த்துவிட்டு, காதம்பரி மாமியாரிடம் வந்தாள்.

“நீங்க எங்ககூட வந்துருங்க!”

“எதுக்கு?” மஞ்சுளா பொய்யாக சிணுங்கினாள்.

“ஆமாம் மஞ்சு... நான் போயிர்றேன். உன்னால செய்ய முடியாது. உனக்கு ரெண்டு பெத்துட்டு உடம்புல உள்ள ரத்தமெல்லாம் போயாச்சு. காதம்பரி குழந்தை பெறாதவதானே. உடம்புல வலு இருக்கும். அவ பார்த்துப்பா என்னை!”

"சரி!"

சேது ஒன்றுமே பேசவில்லை.

பத்தாவது நிமிடம் ஆட்டோ வந்தது. ஏறத்தாழ அம்மாவை ஆட்டோவில் கொண்டுபோய் படுக்க வைத்தார்கள். கோபாலுக்கு சேதுவின் முகத்தைப் பார்க்கக்கூடப் பிடிக்கவில்லை. அம்மாவின் மேல் அதைவிட வெறுப்பாக இருந்தது.

ஆட்டோ வீட்டு வாசலில் நிற்க, காதம்பரி பூட்டு திறந்து உள்ளே போய் பெஞ்சுகளை எடுத்துப் போட்டு, கட்டில் போலாக்கி, அதில் படுக்கை விரித்து தயாரித்தாள்.

வெளியே வந்தாள் அவனுடன் சேர்ந்து ஒருகை பிடித்து மாமியாரைக் கொண்டுவந்து கட்டிலில் கிடத்தினாள்

மாமியார் உடனே இரண்டு விரல்களைக் காட்ட,

"நீங்க வெளில இருங்க!"

கோபாலை அனுப்பிவிட்டுக் கதவைச் சாத்தினாள் காதம்பரி,

"சார்!" ஆட்டோக்காரன் குரல் கொடுக்க, ஸாரிபா, டென்ஷன்ல மறந்துட்டேன்!"

கோபால் பணத்தைக் கொடுத்து அவனை அனுப்பிவிட்டு உள்ளே வந்த பத்தாவது நிமிடம் காதம்பரி கதவைத் திறந்தாள். மாமியாரை சுத்தம் செய்து படுக்க வைப்பதற்குள் வியர்த்துப் போனது அவளுக்கு.

"காதம்பரி வா இப்படி!"

"என்னங்க!"

"எத்தனை சுலபமா கழட்டி விட்டுட்டாங்க பார்த்தியா?"

"ஷ்! மெதுவா! அத்தை காதுல விழப் போகுது!"

"விழட்டும். பெரிய புள்ளையோட வண்டவாளம் தெரியட்டும்!"

"பாவம்ங்க! இந்த சமயத்துல குத்திக்காட்டறது மனிதாபிமானமில்லை. விட்டுடுங்க! நமக்கும் கடமை உண்டு!"

“கடமை மட்டும் எப்பவும் நமக்குத்தானா? நம்மை வீட்டைவிட்டு அவன் இறக்கும்போது நமக்கு ஆதரவாக கூட அம்மா பேசலை!”

“பழசை மறங்கப்பா!”

“இப்பக்கூட பாரு! அவளால் முடியாதாம். உன் உடம்பு மட்டும் இரும்பா காதம்பரி?”

“காதம்பரி!”

மாமியாரின் குரல் கேட்க, “வந்துட்டேன் அத்தே!” உள்ளே ஓடினாள்.

“எனக்குப் பசிக்குது!”

ரசம் சாதமா கரைச்சுக் கொண்டுவந்து தரட்டுமா?”

“ம்”

“கொண்டு வர்றேன்!” அவள் உள்ளே போக,

“கோபால்!”

“என்னம்மா?”

“இப்படி வா!”

அருகில் வந்து உட்கார்ந்து கொண்டான்.

“காதம்பரி வேலைக்குப் போயிட்டுத்தானே இருக்கா?”

“ஆமாம்!”

“இனிமே எப்படி போக முடியும்?”

“ஏன்?”

“என்னைப் பார்த்துக்க வேண்டாமா?”

“நான் வீட்ல இல்லையா? உன்னை, கடையை ரெண்டையும் நான் பார்த்துப்பேன்!”

“அதெப்படி முடியும்? அவளை வேலையை விட்ரச் சொல்லு!”

“அம்மா! கடையை நம்பி நாங்க வாழ முடியாது. அது பிக்கப் ஆகுமா ஆகாதானு தெரியலை. காதம்பரி சம்பளம் இல்லைனா சந்தி சிரிக்கும் இந்தக் குடும்பம்.”

காதம்பரி ரசம் சாதத்தோடு வந்தாள்.

“நீங்க சாஞ்ச மாதிரி உட்காருங்க, வாய்ல நான் போடறேன்.”

ஏறத்தாழ ஊட்டி விட்டாள்.

“உங்களுக்கு வேண்டியதை எல்லாம் செஞ்சு வச்சிட்டு நான் போறேன். நீங்க கவலைப்பட வேண்டாம்!”

மாமியாருக்கு அது பிடிக்கவில்லை.

பதிலே பேசவில்லை.

“காதம்பரி எனக்குப் பசிக்குது.”

“அவன் சாப்பிடலியா? பசி பொறுக்கமாட்டான் கோபால். இன்னமுமா அவனுக்கு சாப்பாடு போடலை நீ?”

“அவ போடமாட்டேன்னு சொல்லலைமா. சாப்பிட நேரமில்லை எங்களுக்கு. அவளும் அதேமாதிரி பசியோட தான் இருக்கா!”

கோபால் எரிச்சலுடன் உள்ளே வந்தான்.

“சிடுசிடுன்னு பேசாதீங்கப்பா. அத்தை இப்ப நோயாளி!”

“ஆனா திமிர் அப்படியே தான் இருக்கு.”

“என்னப்பா நீங்க?”

கோபால் சாப்பிட்டு முடிந்ததும், கடைக்கான பொருட்களுக்கு பட்டியல் தந்துவிட்டு வந்துருங்க! இதுல எல்லாம் நம்ம சிம்சன் கடைல கிடைக்கும்!”

“நீயும் வா காதம்பரி!”

“இனிமே அத்தையை தனியா விட்டுட்டு வர முடியாது. நீங்க போயிட்டு வாங்க!”

மாலைக்குள் பொருட்கள் வந்துவிட்டது.

“என்னது? பொட்டிக் கடையா?”

“ஆமாம் அத்தே!”

“ஹூம்! பொட்டிக் கடை நடத்தற நிலைக்கு வந்தாச்சு என் பிள்ளை. மோசமான அவன் தலையெழுத்து!”

“அதுல என்னம்மா கேவலம்?”

“எதுல தான் கேவலம்? நாலு காசு வேணும்னா எதுவும் இந்தக் காலத்துல கேவலமில்லை. இல்லைனா, அந்தச் சாயா ஓட்டலுக்கு உம் பொண்டாட்டியை வேலைக்கு அனுப்புவியா? நம்ம தெருவே சிரிச்சாச்சு!”

“அம்மா!”

கோபால் சீற, அவன் கைகளைப் பிடித்து சட்டென அழுத்தினாள் காதம்பரி.

கோபால் எழுந்து வெளியே போய்விட்டான்.

“கோபால் மாறிப் போயிட்டான். அவன்கிட்டேயிருந்த கம்பீரமெல்லாம் இப்ப போயே போயாச்சு!”

மாமியார் புலம்பிக் கொண்டிருக்க, அதற்கு எந்த பதிலும் சொல்லாமல் தன் வீட்டு வேலைகளை கவனிக்கத் தொடங்கினாள் காதம்பரி.

மாலைக்குள் சொன்ன பொருட்களெல்லாம் வந்து இறங்கிவிட, இரவுக்குள் அதை சீராக, வருபவர்கள் கண்ணுக்கு வசீகரமாகத் தெரியும்படி அடுக்கி வைத்தாள் காதம்பரி. ஒரு விலை பட்டியல் போல அதிலேயே எழுதி ஒட்டினாள்.

அத்தனையும் முடிக்க இரவு பத்தரை.

அதற்குள் மாமியாருக்கு சிறுநீர் கழிக்க நாலைந்து முறை உதவ வேண்டிய அவசியம்.

இரவு முழுக்க காதம்பரியை மாமியார் உறங்க விடவில்லை.

காலை சீக்கிரமே எழுந்து, சமையல் முடித்து மாமியாரின் தேவைகளைப் பூர்த்தி செய்து, கோபாலுக்கு எல்லாம் எடுத்து வைத்து, காதம்பரி புறப்படுவதற்குள் கண்ணில் மின்னல் தெறித்தது.

"இதே ரேட்ல எல்லா நாளும் ஓடுமா காதம்பரி?"

"ஓடித்தான்பா ஆகணும். நம்ம கடமைகளை நாம் தானே செய்யணும்? யாரைக் குறை சொல்ல முடியும்? எனக்கு நேரமாச்சு. நான் வரட்டுமா?"

மாமியாரிடம் சொல்லிக்கொள்ள, பதில் கூட வரவில்லை.

கோபால் கடையைத் துவக்கிவிட்டான். ஏற்கனவே பழக்கப்பட்ட இடம், நபர்கள், நல்ல போக்குவரத்து அடங்கிய பகுதி, அதனால் வியாபாரம் சுறுசுறுப்பாக தொடங்கிவிட்டது.

நடு நடுவே அம்மா அழைத்துக் கொண்டிருந்தாள்.

மாலை ஆறு மணிக்கு சோர்ந்துபோய் காதம்பரி உள்ளே நுழைந்தாள்.

"வந்துட்டியா நீ?"

"என்னத்தே?"

"நான் இன்னிக்குப்பூறா வெளிக்குப் போகலை, அடக்கி வச்சிட்டு செத்துட்டு இருக்கேன்!"

"ஏன்?"

"என்ன ஏன்? யார் உதவியும் இல்லாம நான் எப்படி போக முடியும்? என் பிள்ளையாவே இருந்தாலும், அவன் ஆண் பிள்ளை இல்லையா? அவனும் சும்மா உட்காரலை வியாபாரம் பண்றான். நீ பாட்டுக்குப் போயிட்டா என்ன அர்த்தம்?"

"சரி! இப்ப வேணுமா?"

"ம்..."

"அம்மா... அவ உள்ளே நுழைஞ்சு இன்னும் உட்காரக்கூட இல்லை!"

"அதுக்காக?"

"சரி நீங்க வியாபாரம் பாருங்க. நான் கவனிச்சுக்கறேன்!"

மாமியாருக்கு உதவி, எல்லாம் சுத்தம் செய்துவிட்டு இரவு சமையலைத் தொடங்கினாள்.

அது முடிய மணி "'ஒன்பது.'"

கோபால் கடையை மூடிவிட்டு உள்ளே வந்தான்.

"என்னம்மா காதம்பரி?"

"ஒண்ணுமில்லைப்பா. வியாபாரம் தேவலையா?"

"பிக்கப் ஆகும்."

"சாப்பிடலாமா? உட்காருங்க!"

"கடை பிக்கப் ஆயிட்டா, நீ வேலையை விட்ரலாம்னு எனக்குக்கூட தோணுது காதம்பரி!"

"அதுவரைக்குமே போக முடியணுமே!"

"ஏன்?"

"அத்தைக்கு பகல் நேரத்துல சில அவசியங்கள் வந்தா என்ன செய்ய முடியும்?"

"அண்ணி வீட்லதானே இருக்கா?"

"அதையெல்லாம் பேச நமக்கு உரிமை உண்டா. முடிஞ்ச வரைக்கும் நான் போறேன். இல்லைனா யோசிக்கலாம்!"

"நீயும் சாப்பிடும்மா!"

"பிடிக்கலை. சாப்பாடே வேணும்னு தோணலை!" ஒரு டம்ளர் மோரைக் குடித்துவிட்டு எழுந்துவிட்டாள் காதம்பரி.

அவள் கைகளை சட்டெனப் பிடித்தான் கோபால்.

"என்னப்பா?"

“என்னைக் கட்டிக்கிட்ட பின்னால நீ ரொம்பத் துன்பப்படறியா காதம்பரி?”

சிரித்தாள்.

“நான் சொன்னேனா அப்படி?”

“நீ சொல்லமாட்டே! ஆனா நீ படற, படப்போற கஷ்டங்களை நான் பார்த்துட்டுத்தானே இருக்கேன்... காதம்பரி!”

“என்னப்பா?”

“ரெண்டு பேரும் தாம்பத்யம் நடத்தவும், புருஷன் - மனைவியா சந்தோஷப்படக்கூட நேரமில்லை பாரு!”

அவன் பார்வையில் தாபம் இருந்தது.

நெருங்கி வந்து அவன் கேசத்தில் கை நுழைத்துக் கலைத்தாள்.

“உங்களோட எந்த விருப்பத்துக்கும், எப்பவும் நான் மறுத்ததில்லையே. ஏன் சலிப்பு?”

கோபால் எழுந்து போய் கதவைத் தாளிட்டான்? மாமியார் உறக்கத்தில் இருந்தாள்.

அடுத்த அறைக்கு காதம்பரியை அழைத்துவந்த கோபால், தாளமாட்டாமல் அவளை அணைத்து முத்தமிட்டான்.

“எத்தனை நாளாச்சு?”

முன்பெல்லாம் அவனது அணுகுமுறையில் முரட்டுத்தனமும், கொஞ்சம் திமிரும் கலந்திருக்கும்.

இப்போது மலரைப்போல அவளைக் கையாண்டான்,

எல்லாக் களைப்புமாகச் சேர காதம்பரி இருக்கும் உறக்கத்தையும் தொலைத்துவிட்டு கொட்டக் கொட்ட விழித்தபடி கிடந்தாள்.

அலாரம் அடித்துவிட்டது.

***

9

வேதனையின் மறுவடிவம் வேலை பார்க்கும் பெண் ஜென்மம் பிரசவத்துக்கும் சம்பளமில்லாத லீவு அதனால் அரைநாள் விடுப்பில் அவசரமாக பிள்ளைப் பெற்று வா அரசாங்க உத்தரவு இது

ஒரு மாத காலம் ஓடுவதற்குள் காதம்பரிக்கு முழி பிதுங்கிவிட்டது. மாமியாரின் புலம்பல் காரணமாக தொடர்ச்சியாக வேலைக்குப் போக முடியவில்லை. அடிக்கடி லீவு.

அதனால் நிர்வாகம் அந்த மாதக் கடைசியில் அவளை அழைத்து எச்சரிக்கை விடுத்தது.

"அது எப்படீப்பா?"

"ஏன்?"

"அத்தை நினைச்சா நடக்கலாம் பிடிச்சிட்டு. பிஸியோதெரபி தரத்தான் செய்யறார் டாக்டர். ஆனா அத்தை படுக்கையைவிட்டு நகரக்கூட விரும்பலை. பகல் நேரத்து அவசியங்களுக்கு உங்களால் முடியுமா? நான் ராஜினாமா தரத்தான் வேணும்!"

"ஒரு ஆளைப் போடலாம் அம்மாவுக்கு!"

"சம்பளம் தரவேண்டாமா?"

"தரலாம் காதம்பரி. அப்பக்கூட உன் சம்பளம் அதிகம் தானே?"

"சரி! அத்தையைக் கேட்டுப் பார்க்கலாம்!"

கோபால் தான் விவரத்தைச் சொன்னான்.

"அதெல்லாம் வேண்டாம்!"

“ஏம்மா?”

“எவளாவது வந்தா கடனேனு செய்வா. காதம்பரி செஞ்சாப் போதும்!”

“அவளுக்கும் முடியணுமேம்மா. அவளும் மனுஷி தானே?”

“உன்னை சுமந்து பெத்த நானும் மனுஷி தாண்டா. இப்படி உருகறியே எனக்காக உன் பெண்டாட்டி பாடுபட வேண்டாம். வீதில வீசி எறிஞ்சிடுங்க என்னை. ஒரு பிச்சைக்காரிக்கு உதவ மாட்டாங்களா எல்லாரும்?”

“அம்மா...!” கோபால் கூச்சலிட,

“சரி. விடுங்க, யாரும் வேண்டாம். நான் பார்த்துக்கறேன்.”

“பகல் நேரத்துல?”

“நானே தான்! வேலையை ராஜினாமா பண்றேன்!”

வெளியே வந்துவிட்டாள் காதம்பரி.

“இது முட்டாள் தனமான முடிவு காதம்பரி. ஆயிரத்து ஐநூறு ரூபா சம்பளம்!”

“இருக்கட்டும்!”

“குடும்பம் நடத்தி, லோனையும் கட்ட முடியுமா காதம்பரி?”

“நானும் வீட்லதானே இருக்கேன். கடையை இன்னும் பெரிசாக்கலாம்!”

“எப்படி?”

“முயற்சி இருந்தா முடியும்ங்க!”

“அம்மாவோட மருத்துவச் செலவுக்குக்கூட அவன் தர்றதில்லை பார்த்தியா காதம்பரி?”

“கேட்க முடியுமாப்பா? நீங்களும் பிள்ளை தானே?”

“உன் உத்யோகம், நம்ம கடை எல்லாமா, பிரமாதமா தலை தூக்கிரலாம்னு நினைச்சேன் நான். நடக்கலை பார்த்தியா?”

“சரி. அரை வயித்துக் கஞ்சி குடிப்போம். நமக்கும் ஒரு நாள் பௌர்ணமி உண்டுப்பா! நம்புங்க.”

ராஜினாமா எழுதிக் கொடுத்துவிட்டு வந்தாள்

அவளும் உட்கார கடை சூடு பிடித்தது. அப்படியும் ஒரு நிமிடம் போல தலையை சாய்க்கக்கூட காதம்பரியால் முடியவில்லை.

அன்று காலை அவளால் எழும்பவே முடியவில்லை.

மாமியார் அழைப்பது கேட்டது.

எழுந்து விட்டாள். மாமியாரை நெருங்குவதற்குள் தலைசுற்றத் தொடங்கியது. வாந்தி புறப்பட்டது.

பாத்ரூமுக்கு ஓடினாள்.

கொடகொடவென கொட்டித் தீர்த்தாள். கோபால் பதறியபடி எழுந்து வந்தான்.

நிற்க முடியாத அவளை தாங்கிப் பிடித்து அழைத்து வந்தான்.

“என்ன அவளுக்கு?”

“வாந்தி!”

“வாரி வளிச்சு தின்னிருப்பா, அதான்!”

“ஆமாம்... பாலும் தேனுமா ஓடுது நம்ம வீட்ல, வாரி வளிச்சுத் தின்ன.” ஒழுங்கா சாப்பிடக்கூட அவளுக்கு நேரமில்லை!”

“நானா தடுத்தேன்?”

“பேசாதேம்மா! உனக்கு உன் புராணம்தான். நீ படு காதம்பரி. நான் டாக்டரைக் கூட்டிட்டு வர்றேன்!”

“வேணாம்பா!”

“இல்லடா! நான் இப்ப வந்துர்றன்.”

அரை மணியில் டாக்டர் வந்தார். அவளைப் பரிசோதித்தார்.

“வாழ்த்துக்கள். உங்க மனைவி கர்ப்பமா இருக்காங்க!”

கோபாலின் முகம் சட்டென பிரகாசமானது.

"நிஜம்மாவா டாக்டர்?"

"ம்...! சாயங்காலம் கூட்டிட்டு வாங்க! டாக்டர் கல்யாணி இருப்பாங்க!"

"சரி டாக்டர்!"

அவர் போய்விட கோபால் அவள் அருகே வந்து உட்கார்ந்தான்.

"எப்படி காதம்பரி?"

"ஏன்."

"எனக்கு விலை உயர்ந்த ஊசிகள் போட்டாத்தான் எண்ணிக்கை கூடும்னு டாக்டர் சொன்னாங்க. இப்ப எப்படி காதம்பரி?"

"அதுக்குப் பேரு தெய்வம்!"

"சாயங்காலம் போயிட்டு வந்திரலாம்!"

மாமியார் விவரம் தெரிந்தும் சந்தோஷம் தெரிவிக்கவில்லை. மாறாக முகம் சட்டி போல இருந்தது.

மாலை ஆறு மணிக்கு சேது வர, அவனைக் காவல் வைத்துவிட்டு இருவரும் டாக்டர் கல்யாணிடம் வந்தார்கள்.

"எப்படி டாக்டர்?"

"சாம்பிள் எடுத்துக் குடுங்க. பார்த்தரலாம். நீ உள்ளே வாம்மா!"

இருபது நிமிடங்களில் ரிசல்ட் வந்தது.

"ஆச்சர்யம் கோபால். பூஜ்யத்துல இருந்த உங்க உயிரணுக்கள் இப்ப தொண்ணூறுக்கு வந்திருக்கு. ஆனா நான் அதிசயப்படலை!"

"ஏன் டாக்டர்?"

"மருத்துவர்கள் மனிதர்கள் தான். ஆனா படைக்கறவன் ஆண்டவன். தரணும்னு விரும்பிட்டான். தந்துட்டான்!"

நன்றி சொன்னான் கோபால். “இன்னிக்கு நான் இன்டர்னல் செக்கப் பண்ணக் கூடாது. ஆனா காதம்பரி ரொம்ப பலவீனமா இருக்கா. அவள் ஏறத்தாழ ‘பெட்ரெஸ்ட்’ல இருக்கணும். நல்ல போஷாக்கு தரணும். நீயும் மனசுல வருத்தம் எதுவும் உண்டாகாம இருக்கணும்மா காதம்பரி!”

“சரி டாக்டர்!”

மருந்துகளை எழுதி வாங்கிக்கொண்டு வெளியே வந்தார்கள்.

“உனக்கு ஓய்வு தேவை காதம்பரி!”

“அதெல்லாம் முடியாதுங்க. டாக்டருக்கு நம்ம குடும்ப நிலைமை தெரியாது. சரினு சொல்ல வேண்டியது தான்!”

“இந்த மாதிரி ஆனப்ப, என் சகோதரிகளை அம்மா எப்படி தாங்குவாங்க தெரியுமா?”

“அவங்க பொண்ணுங்க! சரி விடுங்க” டாக்டர் சொன்னதை அத்தைகிட்டச் சொல்லாதீங்க. அவங்களுக்கு அது பிடிக்காம போகலாம்!

இருவரும் வீடு திரும்ப, உள்ளே சேதுவும், மஞ்சுளாவும்.

அந்த அறைக்குள் காலடி வைக்க காதம்பரி முயல, தன் பேர் அடிபடுவதைப் பார்த்து நின்றாள்.

“எப்படீம்மா?”

“தெரியல, காலை முதல் மண்டை காயுது எனக்கு!”

“தம்பிக்கு கவுன்ட் பூஜ்யம். ஊசி போட்டு உண்டாக்கினாத் தான் கிடைக்கும்னு சொன்னாங்க.”

“ஒருவேளை தன்னால்...?”

“ஊறுமா? இது கிணறா?”

“சொல்லவே பிடிக்கலைடா சேது. அவ சாயா ஓட்டல்ல வேலை பார்த்திருக்கா, கொஞ்சநாளா. இது எவனோட குழந்தையோ?

முதலெழுத்துக்கு கோபால். இப்படி ஒரு வாழ்க்கை வாழறதைவிட கோபால் தூக்கு போட்டுட்டு சாகலாம்!"

காதம்பரி மூச்சுவிடக்கூட முடியாமல் திணறிப் போனாள் திரும்பினாள்.

கண்கள் சிவக்க, நரம்புகள் புடைக்க ஒரு வெறி பிடித்தவன் போல் ஆகிவிட்ட கோபால்,

"அம்மா...!"

அலறியபடி ஆவேசமாக உள்ளே நுழைந்தான்.

காதம்பரி நடுங்கிப் போய் அவனைப் பின் தொடர்ந்தாள் அவசர அவசரமாக.

கோபால் எரிமலையாக நின்றுகொண்டிருந்தான். கண்கள் அக்னிக் குழம்பைக் கக்கிக்கொண்டிருக்க,

"வெளியே போடா!"

கட்டிலில் இருந்த அம்மா, "கோபால்! என்ன நினைப்பு உன் மனசுல? சேது உன் அண்ணன். அவனையா வெளில போகச் சொல்றே?"

"எனக்கு இனிமே எந்த உறவும் இல்லை. வெளில போகலாம்!"

"கோபால்!"

"அம்மா நிறுத்து! காதம்பரிமேல களங்கம் சுமத்தற அபிப்ராயம் உள்ள யாருக்குமே இந்த வீட்ல இடமில்லை நீ உட்பட!"

"என்னடா சொன்னே?"

"ஆமாம். சாயா ஓட்டல்ல எம் பொண்டாட்டி உத்யோகம் பார்த்தா. அவளை கண்டவனுக்கெல்லாம் காட்டி விட்டவனே நான்தான். அதனாலதான் அவ கர்ப்பமா இருக்கா. அந்தப் பிள்ளைக்கு நான்தான் அப்பன். தெருவுல நின்று கூவட்டுமா?"

"என்னங்க! இனிமேலும் இங்கே நிக்கணுமா?"

மஞ்சுளா கேட்க,

சேது மௌனமாக நடந்தான்.

"ஒரு நிமிஷம்!"

கோபால் அழைக்க, நின்றார்கள்.

"மிஸஸ் சேது உங்களைத்தான். வாழ வந்த நாள் தொட்டே ஒரு கஷ்டத்தையும் எங்க வீட்ல நீங்க பார்க்கலை. கஷ்டம்னு வந்துட்டா புருஷனைக்கூட விட்டுவிலகற பெண்கள் இங்கே உண்டு. அந்தக் கூட்டம் என் காதம்பரியைக் குற்றம் சொல்ல வேண்டாம். போகலாம்!"

ஏதோ பேச முனைந்த சேது, சட்டென வார்த்தைகளை ரத்து செய்துவிட்டு, மஞ்சுளாவுடன் வெளியேறினான். கோபால் உள்ளே வந்தான்.

"நாம செத்தாக்கூட நாலுபேர் வேணும் பொணம் தூக்க!"

அம்மாவின் குரல் நிஷ்டுரமாக ஒலித்தது.

"நீ செத்துட்டா நாங்க ரெண்டுபேர் இருக்கம். மீதி ரேண்டுபேரை நான் ஏற்பாடு பண்றேன். நிச்சயம் சேது கொள்ளி போடக்கூட வரமாட்டான்!"

"எப்படி வருவான்? அனாச்சாரம் புடிச்ச வீட்டுக்கு யார் தான் வருவாங்க?"

"எதும்மா அனாச்சாரம் புடிச்ச வீடு? நீ யாரைச் சொல்ற?"

"புரிஞ்சா சரி!"

"அம்மா... இப்பக்கூட உன்கிட்ட நான் மரியாதை வச்சிருக்கேன். அதை இல்லாம செஞ்சுக்காதே நீ!"

"என்னடா பேசற?"

"காதம்பரி உனக்கு என்னம்மா துரோகம் செஞ்சா? அவ வாழ வந்த நாள் தொட்டு இன்னிய தேதிவரைக்கும் என்ன சந்தோஷம் அவளுக்கு? விபச்சாரி வரைக்கும் ஒரு பட்டம் பாக்கியில்லை. நீ ஒரு தாய், உனக்கும் பெண் குழந்தைகள் இருக்கு. அப்படியும் உன் மனசுல ஏன்மா தாய்மை இல்லை?"

"நீ அளவுக்கு மீறிட்டே கோபால்!"

"ஆமாம் ஆரம்ப காலத்துல உங்களையெல்லாம் புரிஞ்சுகாம, அளவுக்கு மீறி நம்பிட்டேன். அதான் அனுபவிக்கறேன். என்னை உறிஞ்சின அட்டைகளுக்கு என்கிட்ட ரத்தம் இல்லாம ஆனப்ப, பிடிக்கலை என்னை! சாறுகளை அனுபவிக்க நீங்கள்ளாம். சக்கைக்கு மட்டும் இவளா?"

"என்னங்க!"

திரும்பினான் கோபால்.

போதும் என்று சைகை செய்தாள் காதம்பரி.

அவள் கண்கள் அவனிடம் கெஞ்சின. கோபால் அதை மீற முடியாமல் அங்கிருந்து அகன்றான்.

"எனக்கு பெட்பான் வை!"

அதிகாரமான மாமியாரின் குரல்.

"வர்றேன் அத்தே!"

"அம்மா அவளுக்கு மூணாவது மாசம் இது. படுக்கைல ஓய்வுல இருக்கணும்னு டாக்டர் உத்தரவு. மல மூத்திரத்தைவிட உன் மனசு நாறிப் போச்சேம்மா!"

"என் கதி இப்படி ஆச்சே!"

திடீரென அம்மா "ஓ"வென ஆழத்தொடங்கினாள்.

"நீங்க அந்தப் பக்கம் போங்கப்பா!" கோபாலை விரட்டிவிட்டு காதம்பரி மாமியாருக்கு வேண்டிய உதவிகளைச் செய்தாள்.

"எனக்கு நாக்கு வறண்டு போகுது!"

"காபி தரட்டுமா?"

"ஹார்லிக்ஸ் கொண்டா!"

காதம்பரி உள்ளே போனாள் ஹார்லிக்ஸ் இல்லை, வெளியே வந்தாள். செருப்பை மாட்டிக் கொண்டு இறங்கினாள்.

“எங்கே காதம்பரி?”

“மளிகைக் கடை வரைக்கும்!”

“நான் போக மாட்டேனா?”

“ஹார்லிக்ஸ் வாங்கணும், கடனுக்கு. நீங்க போனா சரிப்படாது. நான் போய் வாங்கிட்டு வர்றன்!”

“அது வாங்கலைன்னா உசிர் போயிடுமா?”

காதம்பரி சிரித்தாள்.

“ஏன்மா சிரிக்கறே!”

“சிலபேர் எதையும் தியாகம் பண்ண சித்தமாயிருப்பாங்க. வேற சிலரால எந்த நேரத்திலும், எதையும் விட்டுத்தர முடியாது. போகட்டும் எத்தனையோ கடன், இதையும் சேர்த்து அடைக்க மாட்டோமா?”

எல்லா வேலைகளையும் முடித்துவிட்டு களைத்துப் போய் படுக்கைக்கு வந்தாள் காதம்பரி.

பாயில் அவளை உட்கார வைத்து கைகளைப் பிடித்துக் கொண்டான் கோபால்.

“என்னை மன்னிச்சிரு காதம்பரி”

“ஏன்பா? ஏன் இது மாதிரியெல்லாம் பேசறீங்க?”

“நான் ஒண்ணு சொன்னா கேட்பியா காதம்பரி?”

“உங்க பேச்சை எப்ப நான் தட்டியிருக்கேன்? சொல்லுங்கப்பா!”

“என்னைவிட்டு நீ போயிரு! என் கூட வாழற வரைக்கும் உனக்குத் துன்பம் தான். நீ படிச்சவள், புத்திசாலி, விவேகமும், தன்னம்பிக்கையும் அதிகம் நிறைஞ்ச பெண். நான் இல்லாம கூட சுலபமா உன்னால் மானமா பிழைக்க முடியும்!”

“முடிஞ்சுதா?”

“நான் முழு மனசோடதான்மா இதைச் சொல்றேன்!”

"என் மேலே உங்களுக்கும் சந்தேகம் இருக்கும்னு போன நிமிஷம் வரைக்கும் நான் நினைக்கலைப்பா!"

"காதம்பரி என்ன சொல்ற?"

"இந்தக் குழந்தை உங்க குழந்தை இல்லைனா உங்களுக்கே...!"

"காதம்பரி!" தொண்டை கிழிய கோபால் கத்தினான்.

"பின்ன ஏன் என்னை வீட்டைவிட்டு விரட்டறீங்க? இது ஒருவிதமான நாசுக்கான துரத்தல் தானே?"

"காதம்பரி அப்படியா புரிஞ்சுகிட்டே நான் சொன்னதை?" கேட்கும்போதே அவன் கண்கள் கலங்கி விட்டது.

அவனை நெருங்கினாள் காதம்பரி.

அவன் கன்னத்தில் வழிந்த உப்பு நீரை தன் உதடுகளால் துடைத்தாள் மெல்ல,

"காதம்பரி...!"

"உங்களை நல்லாவே நான் புரிஞ்சுகிட்டேன்பா. நீங்க ஒரு நாளும் என்னை சந்தேகப்படலைனு தெரியும் எனக்கு!"

பின்ன ஏன் அப்படிப் பேசினே?"

"நீங்க ஏன் என்னை விட்டுப் போயிடுனு சொன்னீங்க?"

"ஒரு பெண்ணோட துன்பத்துக்கும், சகிப்புத் தன்மைக்கும்கூட எல்லை உண்டுமா. அது எல்லை மீறிட்டா, அவளே வெறுத்துப் போவா. உன் கழுத்துல தாலி கட்டி, மந்திரங்களை உச்சரிச்சப்ப, உன் உயிர், உடைமை... வாழ்க்கை எல்லாத்துக்கும் நான் பாதுகாப்புனு உறுதி எடுத்துக்கிட்டது தான் நிஜம் அதை என்னால காப்பாற்ற முடியுமானு தெரியலையே காதம்பரி!"

"ஏன்பா உடைஞ்சு போறீங்க?"

"அம்மாவை பராமரிக்கணும்னு வேலையை விட்டாச்சு. திரும்பவும் கஷ்ட ஜீவனம். இதுல இன்னொரு ஜீவன். நம்ம வாழ்க்கை எங்கே போகுதுடா?"

“இன்னிக்கு இருட்டா இருக்கலாம். விடியாமலா போகும்?”

“என்னம்மா சொல்ற நீ?”

“நாளைக்கும் நிலவு வரும்னு சந்தோஷப்பட்டா இன்றைய இருட்டைக்கூட ரசிக்கலாம்பா. அதுக்கு உங்க மனசைப் பக்குவப்படுத்துங்க. இதோ உங்க வாரிசு வந்தாச்சு!”

அவள் வயிற்றில் தன் கைகளைப் பதித்தான் கோபால்.

“இது ஒரு புதிய ஒளிக் கீற்று. உங்க வாரிசு பிறந்த நேரம், எல்லாம் அற்புதமா தொடங்கக் கூடாதா?”

“உன்னால மட்டும் நம்பிக்கையை கைவிட முடியாதா காதம்பரி?”

“ஏன் விடணும்? மனித வாழ்க்கைக்கு அதுதானேப்பா வேர்?”

“காதம்பரி”

“ம்...! சொல்லுங்க!”

“நீ உண்டாகியிருக்கறதை உன் வீட்டுக்குத் தெரியப்படுத்த வேண்டாமாடா?”

“ம்...! எழுதணும்!”

“உங்கம்மா ரொம்ப உற்சாகப்பட மாட்டாங்களா?”

“எதுக்குமே பெரிசா சந்தோஷப்படாதவங்க எங்கம்மா?”

“ஏன் காதம்பரி?”

“காரணம் எங்கப்பா. ஒரு மூர்க்கனோட குடித்தனம் நடத்தி முறிஞ்சுபோன பெண்மணி எங்கம்மா!”

“காதம்பரி!”

“எங்கண்ணா மட்டும் தலையெடுக்கலைனா, நாங்கள்ளாம் இல்லாம போயிருப்பம். பாவம் அவன்! இனிமே என் பிரசவச் செலவு இத்யாதிகள். எத்தனை நாள் தூக்கம் தொலைச்சு உழைக்கணுமோ?”

"வேண்டாம் காதம்பரி. அதை நாமே பார்த்துக்கலாம்!"

"செய்யட்டும். அவங்களுக்கு ஆத்ம திருப்தி."

"சரி நீ தூங்கு காதம்பரி!"

"உங்கம்மாகிட்ட இனிமே கடுமையா பேசாதீங்கப்பா!"

"எங்கம்மா இத்தனை சின்ன புத்தி படைச்சவளா இருப்பானு நான் நினைக்கலை காதம்பரி!"

"விட்ருங்க! இப்ப பாயும் படுக்கையுமா கிடக்கற அவங்களைப் பேசறது செத்த பாம்பை அடிக்கற மாதிரி. நம்மை எதிர்க்க அவங்களால முடியுமா?"

"முடியுதே! வாய் இன்னும் அடங்கலையே?"

"அது சுயபச்சாதாபம். இயலாமை. எந்த ரூபத்துல வெளிப்படுத்த முடியும்? இயங்கற ஒரே அங்கம் வாய். வகை, தொகை தெரியாம செயல்படுது... பெரிசு படுத்திக்க வேண்டாம்!"

"உன்னைப் பார்த்து நான் பிரமிக்கறேன் காதம்பரி!"

"என்ன சிக்கல் வந்தாலும் சகிச்சுக்கலாம். எப்படி? நீங்களும் நானும் கோர்த்துகிட்ட கைகளை விட்ரக் கூடாது. ஒருத்தரை ஒருத்தர் எந்த ஒரு காலகட்டத்திலும் வெறுத்துரக் கூடாது. சின்னச் சின்னப் பூசல் நமக்குள்ளும் வரலாம். குடும்பம்னா கருத்து மோதல்கள் இருக்கத்தான் செய்யும். ஆனாலும் அடிப்படை ஒற்றுமை குலையக் கூடாது!"

"குலையாது காதம்பரி! உன்னை நான் நல்லா புரிஞ்சுகிட்டேன். இனிமே எந்த சிக்கலும் வராது!"

மறுநாள் காலை ஏழுக்கே சங்கர் வந்து நின்றான்.

"அண்ணா நீ எப்படி திடீர்னு?"

"மனோகரிக்கு ஒரு வரன் அமையும்போல இருக்கு, பேசிட்டுப் போகலாம்னு வந்தேன்."

கோபால் சிரித்த முகத்துடன் வரவேற்றான்.

“குளிங்க சங்கர் முதல்ல, டிபன் சாப்பிடலாம்!”

“அத்தே எப்படி இருக்கீங்க?”

“இன்னும் சாகாமதான் இருக்கேன். உன் தங்கச்சி முழுகாம இருக்கறது தெரிஞ்சுதான் வந்தியா?”

குபீரெனத் திரும்பினான் சங்கர்.

“நிஜம்மாவா காதம்பரி?”

காதம்பரி நாணத்துடன் சிரித்தாள்.

“ஒரு லெட்டர் போட்டியா நீ?”

“இன்னும் கொஞ்சம் போகட்டும்னுதான்!”

“எப்ப? பிரசவம் முடிஞ்ச பின்னாலயா?”

“நீ பேசிட்டு இரு காதம்பரி. நான் போய் காய்கறி வாங்கிட்டு வந்திர்றேன்.” கோபால் விலக.

அடுக்களைக்குள் நுழைந்தான் சங்கர்.

“என்னம்மா, இப்படி இளைச்சுப் போயிட்டே?”

“இல்லையண்ணா!”

“பொய். கோபால் அன்பா இருக்காரா?”

“இல்லாமலா வயித்துல இது வரும்?”

“கர்ப்பமாக அன்பு வேணும்னு அவசியமில்லை. அது அப்பாகிட்ட துளியும் இல்லாம நாம நாலுபேரும் பிறக்கலையா?”

சிரித்தாள் காதம்பரி.

“அவர் மாறிட்டார் அண்ணா. மனசுல உள்ள ஆசைகளை செயல்ல கொண்டுவர வசதியில்லை. உறவுகளால் ரொம்பவும் உடைஞ்சு போயிருக்கார். என்னை மட்டும்தான் நம்பறார் இப்பல்லாம்.”

“உனக்கு வேலையும் இல்லையேம்மா!”

“கடைல அரைவயித்துக்கு தேறுது. நடுவுல இந்த கர்ப்பம். இது இல்லாம இருந்தா, தான் கூடுதலா உழைக்க முடியும்!”

“சொல்லாதே காதம்பரி. உனக்கொரு பிடிமானம் கிடைச்சிருக்குது சந்தோஷப்படு!”

“மனோகரிக்கு நிச்சயமாயிட்டா பணத்துக்கு என்ன பண்ணுவே?”

“சொந்த வீட்டுக்காரனுக்கு சொத்து பயம். வாடகைக்காரனுக்கு என்னா கவலை? நாலு பேர்கிட்ட கேக்கற கடனை நாப்பது பேர்கிட்டக் கேக்கறது? தரமாட்டாங்களா கொஞ்சம் பேராவது?”

“இதை முடிச்சா ரஞ்சனி?”

“ம்...! எனக்கு எதுவுமே பாரமாத் தெரியலை காதம்பரி. சுமக்கறதுல ஒரு சுகம் இருக்கு. பெண்ணுக்குத் தாய்மை. ஆணுக்குக் குடும்பம்!”

“எங்க சுமைக்குக் கால நிர்ணயம் இருக்கேண்ணா! உன் சுமைக்கு அது இல்லை!”

கோபால் வந்து விட்டான்.

பேசிவிட்டு வந்தான். ஏறத்தாழ அந்த வரன் நிச்சயமாகும் போலத் தெரிந்தது.

அம்மாவுடன். அடுத்த முறை வருகிறேன் என்று அன்று இரவே புறப்பட்டு விட்டான்.

“அம்மாகிட்ட சொல்லண்ணா!”

“சரி காதம்பரி இன்னும் ரெண்டு வாரத்துல அம்மாவையும் கூட்டிட்டு நான் வரவேண்டியிருக்கும். வர்றேன் மாப்ளை!”

அவனை வாசல்வரை வழியனுப்பிவிட்டு வந்தார்கள்.

“காதம்பரி!”

“என்னத்தே?”

“உங்கம்மா வரப்போறாங்களா?”

"ம்...! வருவாங்க!"

"மூணாவது மாசம் பொறந்த வீட்டுக்குக் கூட்டிட்டுப் போறேன்னு சொல்லப் போறாங்க. என் பிள்ளை நாறிப் போவான்!"

"அவங்க கூப்பிடமாட்டாங்க. அழைச்சாலும் நான் போகமாட்டேன் அத்தே!"

"பிரசவத்துக்குக்கூட நீ உன் பிறந்த வீட்டுக்குப் போக முடியாது!"

"ஏன்மா?"

"என்னை யாருடா கவனிப்பாங்க? கை, கால் விளங்காத ஒரு கிழவியை அம்போனு விட்டுட்டுப் போனா?"

"உன்னைப் பற்றியே பேசறியே, காதம்பரியைப் பற்றி நீ நினைக்கமாட்டியா? உள்ளூர்ல உன் நான்கு பொண்ணுங்க இருக்காங்களே, வரக்கூடாதா?"

"பெரியவ இடுப்பு வலி தாங்காம துடிக்கறா, அவளால ஒரு ஸ்பூனைக் கூட எடுக்க முடியாது!"

"சரி சின்னவ?"

"அவளுக்கு கர்பப்பை எடுத்தாச்சு. குனிஞ்சு நிமிரக் கூடாது. தெரியுமே உனக்குத் தான்!"

"காதம்பரிக்கு எல்லாம் ஆகலாமா?"

"வேண்டாம்டா. உன் பெண்டாட்டி செய்ய வேண்டாம். வீதில வீசி எறி என்னை. இல்லைனா அனாதைக் கிழவிங்க இருப்பிடம் தேடி அங்கே கொண்டு போய்த் தள்ளு!"

"என்னங்க!"

"வர்றேன் காதம்பரி!"

உள்ளே வந்தான் கோபால்.

"நிறுத்த மாட்டீங்களா நீங்க?"

"பின்ன என்னம்மா? நிம்மதியா குழந்தை பெறக்கூட.. எங்கம்மா உன்னை விடமாட்டாங்களா?"

"அதுக்கு இன்னமும் நேரமிருக்கே!"

கோபால் வெளியே புறப்பட்டுப் போனான். அன்று சற்று தாமதமாக இருட்டிய பின்புதான் திரும்பினான்.

"காதம்பரி!"

"என்னப்பா?"

"சொன்னா நீ கோவப்படக் கூடாது!"

"சொல்லுங்க!"

"லாரியில் அரிசி மூட்டை வந்து இறங்குது சந்தைல நாலஞ்சு லோடு காலைல. நாலஞ்சு லோடு சாயங்காலம்!"

"அதுக்கு?"

"அந்த மூட்டைகளை இறக்கி, டெம்போல அடுக்கணும். தினமும் ரெண்டு வேளை செஞ்சா, மாசம் முன்னூறு ரூபா கிடைக்குமாம்! போகட்டுமா?" காதம்பரிக்கு கண்கள் நிரம்பி விட்டது.

"மூட்டை தூக்கற வேலையா? வேணுமாப்பா உங்களுக்கு?"

"நீ தடுத்தாலும் நான் போகத்தான் போறேன். என் முடிவுல மாற்றமில்லை. நிச்சயம் இந்தத் தொழில்ல கேவலமில்லை. பேசறவங்க நாலும் பேசத்தான் செய்வாங்க. எப்படி இருந்த கோபால் எப்படி ஆயிட்டான்னு விமர்சனம் கிளம்பும். கிளம்பட்டும். உதவாத வாதங்களைப் பேசற ஊர் வந்து நம்ம குடும்பத்தை ரட்சிக்கப் போறதில்லை."

"முப்பது கடந்தும் முதிர்ச்சி வரலை மனசுக்கு. இத்தனை நாள் நான் வாழ்ந்த வாழ்க்கை விரயம். அதை எனக்குப் புரியவச்சு ஒரு திருப்பத்தை உண்டாக்கினவள் நீ! என் குழந்தையை நீ சுமக்கறே. நாளைக்கு அந்தக் குழந்தைக்கு என் நிலைமை வரக்கூடாது அதனால் நான் உழைக்கணும்!"

"பூவாட்டம் வளர்ந்த உங்களால் முடியுமாப்பா?"

"முடியணும். முதல்ல மூச்சு திணறத்தான் செய்யும். ஆனா பழகிப்போக அதுலே அனுபவமாகும். நான் இப்பத்தான் பிறந்திருக்கேன் காதம்பரி. இனிமேதான் வாழ்க்கை தொடங்குது எனக்கு. தவழ்ந்து, உட்கார்ந்து, நடந்து நான் ஓடத் தொடங்குவேன் ஒருநாள். நீ இருக்கியே என்னோட, கைகோர்த்துட்டு விளையாடத் தொடங்கலாம். நிச்சயம் ஜெயிப்போம்!"

காதம்பரிக்கு உடம்பை என்னவோ செய்தது. சிலிர்த்துக்கொண்டு நின்றது ரோமக்கால்கள்.

அவமானங்கள் இவனை பதப்படுத்தி விட்டது.

"ஆவேசமான, அதிரடித் தாக்குதல்கள் இவனை திசை மாறச் செய்துவிட்டது!"

"புறக்கணிப்பும், புண்படுத்துதலும் ஒரு பூவை இங்கு மலரச் செய்திருக்கிறது!"

"இந்த நிலையில் நல்லவிதமாக இவன் உழைக்கும் எந்த உழைப்புக்கும் நான் உற்சாகம் தர வேண்டும்!"

"என்னம்மா பேசலை?"

"இல்லை... நான் கர்ப்பமா இல்லைனா நீங்க தூக்கற மூட்டைக்கு நானும் ஒரு கை தரலாமேனு யோசிச்சேன்!"

"காதம்பரி!"

"நாணயமான எந்தத் தொழிலும் கேவலமில்லைப்பா. விமர்சனங்களை சந்திக்கற பக்குவம் வந்துட்டா, விதியைக்கூட விரட்டி அடிக்கலாம். உங்களுக்கு நான் இருக்கேன்!"

"காதம்பரி...."

மறுநாள் முதலே கோபால் போகத் தொடங்கி விட்டான். அந்த வேலைக்கு பகல் நேரத்தில் கடையையும் பார்த்துக் கொண்டான்.

காதம்பரியும் சும்மா இருக்கவில்லை.

கடைக்கும் உற்சாகம் ஊட்டி, வீட்டில் இருந்தபடியே பலகார, பட்சணங்கள் செய்தாள். அதைக் கடையில் அறிமுகப்படுத்தி வியாபாரத்தைப் பெருக்கினாள்.

அடுத்த மாதம் அம்மா வந்தாள்.

காதம்பரிக்கு ஆறாம் மாதமாக இருக்கையில் மனோகரிக்குக் கல்யாணம்.

அதன் பிறகு காதம்பரியின் சீமந்தம் நடந்தது.

தொடர்ந்து பிரசவ காலம் காதம்பரிக்கு நெருங்க நெருங்க, மாமியாரின் கொட்டம் அதிகமாகிவிட்டது.

“உங்கம்மாவை வந்து இங்கே இருக்கச் சொல்லு!”

“வேண்டாம் அத்தே!”

“உனக்குத் தலைப்பிரசவம் பாக்கறது அவங்க கடமை!”

“கடமையெல்லாம் அவங்க குடும்பத்துக்கு மட்டும் தானாம்மா? நமக்கு எதுவுமே இல்லையா?”

“கோபால்!”

“அவங்கம்மா வரவேண்டாம்னு நான் சொல்லியாச்சு!”

“ஏன்?”

“நான் இருக்கேன்! காதம்பரி என் சொத்து. அவளால என் சுமைகளைத் தூக்க முடியுது. உன்னையும் சேர்த்துத்தான். அப்படியிருக்க, அவளைச் சுமக்கற பொறுப்பு எனக்கு மட்டும்தான்!”

“நான் என்ன சொல்லிட்டேன்னு...!”

“ஷ்! இனிமே எதுவும் நீ பேச வேண்டாம். சம்பிரதாய அபத்தங்களைப் பேச உனக்கு உரிமை இல்லை. உன் பெண்களும், மூத்த பிள்ளையும் உன்னைத் தூக்கி எறிஞ்சாச்சு. இனியும் அதை உணராம எங்களை நீ கஷ்டப்படுத்தினா, சரியில்லை. நாங்க உன்னை உதற மாட்டோம். உடம்பால. ஆனா மனசு அந்தச் செயலுக்குத் தயாராகும். சம்மதமா உனக்கு?”

“என்னங்க!”

“என்னப் பேசவிடு காதம்பரி. இன்னிக்கு நடக்கற இந்த மாமியார்த்தனம் நாட்ல ஒழியணும், உன் மகளைப்போல மருமகளை உன்னால நேசிக்க முடியாம போகலாம். ஆனா மனிதாபிமானத்தையே இழக்கத் துணியறது கொடுமை. வரக்கூடிய பெண்களும் மாமியாரை சகிச்சுக்கறது தன் கணவனுக்காக. அவசியம் நேரும்போது கணவனையே உதறக்கூடிய காலம் இது. வயசானவங்க இதைப் புரிஞ்சுக்க மறுத்தா அது அறிவீனம்!”

அம்மா நிலைகுலைந்து போனாள்.

“நீ மருமகளா இருந்த காலம் வேற. இப்ப சூழ்நிலை வேற. குடும்பத்தைத் தாங்க பெண்ணும் சம்பாதிக்கற நிர்பந்த காலம் இது. அவளுக்குத் துன்பம். குற்றவாளி நான். பரிகாரம் தேடற கடமை எனக்குண்டு. தாய்க்கு பரிஞ்சு மனைவியை அவமானப்படுத்தறது... மனைவிக்கு பயந்து அம்மாவைப் புறக்கணிக்கறது ரெண்டுமே பாதகம். என்னை நீ பேசவிடலை. இப்ப நான் பேசத் துணிஞ்சிட்டேன். இனிமே காதம்பரியை நீ கேவலப்படுத்தினா நான் சகிச்சுக்க மாட்டேன்!”

கோபாலின் கைகளைப் பிடித்தாள் காதம்பரி.

“ப்ளீஸ்பா!”

“சரி சரி. இனிமே நான் பேச எதுவுமில்லை. எங்கம்மாவுக்கும் புத்தி உண்டு. புரிஞ்சிருக்கும்.”

மாலை மறுபடியும் மூட்டை தூக்கப் போனான், எல்லாம் முடித்ததும் சோர்வாக இருந்தது. ஒரு டீ. சாப்பிடலாம் என்று தோன்றியது.

வேண்டாம்! காதம்பரிக்கும், குழந்தைக்கும் அந்தப் பணம்கூட நாளை தேவைப்படலாம்!

வீட்டுக்கு வந்தான்.

காதம்பரியின் முகம் பார்க்க சகிக்கவில்லை.

“ஏன்? அம்மா ஏதாவது சொன்னாங்களா காதம்பரி?”

“சேச்சே! பாவம் இல்லைப்பா! என்னால முடியலை!”

இரவு வீட்டு வேலைகளை முடித்து விட்டுப் படுத்து விட்டாள் காதம்பரி.

நள்ளிரவு துள்ளி எழுந்தாள்.

“என்னம்மா?”

“வலி தாங்க முடியலைப்பா!”

கோபால் பதட்டத்துடன் எழுந்தான்...

***

10

மனைவி சம்பளத்தில் மாத பட்ஜெட் அதை அயலார் சொல்லிவிட்டால் அவசர ரோஷம்! கணவர்களே எச்சரிக்கிறோம் பொறாமையும் பொச்சரிப்பும் பொசுங்கிப் போகட்டும் நீங்களும் நிமிர்ந்து நிற்க வேண்டும் சிந்தனையால் நாளைக்கும் நிலவு வரும்.

காதம்பரிக்குப் பெண் குழந்தை!

திரும்பிப் பார்ப்பதற்குள் நாலுமாத காலம் ஓடிவிட, காதம்பரி தெளிந்து எழுந்து விட்டாள்.

காதம்பரியின் பிரசவ காலம்தான் கோபாலின் அம்மாவுக்கு வைக்கப்பட்ட அக்னி பரீட்சை.

காதம்பரிக்கு பிரசவ வலி எடுத்து அவளை அந்த அதிகாலை வேளையில் ஆஸ்பத்திரியில் சேர்த்ததும், கோபால் அவளது அண்ணன் சங்கருக்குத் தந்தியடித்து விட்டான்.

சங்கரும் அம்மாவும் மறுநாள் வரும்போது குழந்தை பிறந்திருந்தது.

சுகப்பிரசவம் தான்.

மூன்று நாட்களில் வீடு திரும்பிவிடலாம் என்று சொல்லிவிட்டார்கள்.

"சங்கர்!"

"சொல்லுங்க கோபால்!"

“உங்களுக்குக் கஷ்டமில்லைனா, அவளை நீங்க கூட்டிட்டுப் போயிருங்க. பிரசவம், பிறந்த வீட்டுக் கடமைங்கற காரணமா உங்களை நான் கூட்டிட்டுப் போகச் சொல்லலை!”

“கோபால்..!”

“அவளுக்கு இந்த வீட்ல ஓய்வு கிடைக்காது. ஆகாத்தியக்காரனுக்கு ஐஸ்வர்யம்னு ஒரு சொல் உண்டு. நாளைக்கே வீட்டு வேலைகளை அவள் செய்ய வேண்டி வரும். பச்சை உடம்புனுகூட யாருக்கும் இங்கே பரிதாபம் இருக்காது.”

சங்கர் நெகிழ்ந்து போனான்.

“சரி கோபால், எனக்கு என் தங்கையைப் பராமரிக்கறதுல கடமையும் உண்டு. என்னம்மா?”

காதம்பரியிடம் வந்து விபரம் சொல்ல,

“நான் வரலைம்மா!”

“ஏண்டீ?”

“அவர் தனியாத் தவிப்பார். படுத்த படுக்கைல உள்ள மாமியாரை எப்படிப் பராமரிப்பார்?”

“உன்னால இந்த நிலைல செய்ய முடியாது காதம்பரி!.”

கோபால் உள்ளே வந்தான்.

“என்ன சொல்றா?”

“அவ வரலையாம் உங்கம்மா...!”

“பேச்சே இல்லை. நீ போறே! எல்லா ஏற்பாடுகளும் நான் செஞ்சாச்சு.”

“வீட்டுக்குப் போய் அத்தைக்குக் குழந்தையைக் காட்டிட்டு.”

“அவசியமில்லை. அம்மா உன்னைப் போக விடமாட்டா. நீ நேரா இங்கிருந்து ரயிலேறணும். இது என் உத்தரவு!”

காதம்பரியால் அதற்குமேல் பேச முடியவில்லை.

அம்மா அழத் தொடங்கிவிட்டாள்.

"என்னை சேதுகிட்டக் கொண்டு போய் விடு!"

முதல் நாள் அம்மா உள் அறையில் கிடத்தப்பட்டாள். அதன்பிறகு ஒரு இருண்ட ஸ்டோர் ரூம் ஒன்று உண்டு. அது அம்மாவுக்காக ஒதுக்கப்பட்டது.

மஞ்சுளா வந்தது முதல் அவளை எட்டிக்கூடப் பார்க்கவில்லை. சேதுதான் பெற்ற பாவத்துக்காக கொஞ்சம் சாப்பாடு கொண்டுவந்து தந்தான்.

அம்மாவின் காதுபடவே,

"தபாருங்க! உங்கம்மாவோட மூத்திரம் சுத்தம் செய்ய நான் தயாரா இல்லை. என்னால அருவருப்பு சகிக்க முடியாது!"

"இப்ப வேற வழியில்லையே மஞ்சு...!"

"ஏன் இல்லை? ஆளைப் போடுங்க. ஆளுக்குப் பாதியா அண்ணனும் தம்பியும் ஷேர் பண்ணிக்கிட்டு சம்பளம் குடுங்க. முடியாதா?"

"ஆள் கிடைக்கணுமே மஞ்சு?"

"த பாருங்க. அது உங்க தலையெழுத்து. என்னால் முடியாது. சொல்லிட்டேன் நான்!"

"சேது உள்ளே வந்தான்."

"நான் வந்தது உனக்கு பாரமாப் போச்சாப்பா?"

"இல்லைனு என்னைப் பொய் சொல்லச் சொல்றியாம்மா?"

"சேது?"

"உன்னால எங்க குடும்ப வாழ்க்கைல நிம்மதி தொலைஞ்சிட்டே வருது. நான் அவளைப் பகைச்சிட்டு குடித்தனம் பண்றது கஷ்டம்னு உனக்குத் தெரியாதம்மா?"

சேது போய்விட்டான்.

ஒரு ஆயா நியமிக்கப்பட்டாள்.

அவள் பிரம்புடன் நிற்கும் வாத்யாரம்மா போல, சம்பளத்தையும் வாங்கிக் கொண்டு விரட்டத் தொடங்கினாள்,

ஒருநாள் தாளமாட்டாமல் அம்மா புகார் சொல்ல,

"நான் இனி வேலைல இருக்கமாட்டேன். இந்தக் கிழவியை யாரால் சகிச்சுக்க முடியும்?"

அவள் புறப்பட்டு போயேவிட,

"பார்த்தீர்களா உங்கம்மாவை. கஷ்டப்பட்டு ஒருத்தியைப் புடிச்சு நான் கொண்டுவந்தா, அவளையும் விரட்டியாச்சு!"

"ஏம்மா இதுமாதிரி நடந்துகறே நீ?"

"சேது என்ன பேசற நீ? ஒரு ஆயா சம்பளம் வாங்கறவ என்னை அடிமை மாதிரி விரட்டறாடா? எத்தனை நாளைக்கு நான் பொறுத்துக்க முடியும்? காதம்பரி ஒருநாள் முகம் சுளிச்சதில்லை. ஒரு வார்த்தை அதிர்ந்து பேசினதில்லை. அவளைப்போல ஒரு பெண்ணை இந்த ஜென்மத்துல பார்க்க முடியாது!"

"இங்கே வந்து எங்களுக்கு ஆகாதவங்களைப் புகழ வேண்டாம். இப்ப நாங்கதான் வேண்டியிருக்கு!"

"சேது!"

"அம்மா அந்த ஆயாவை காலைக் கையைக் கெஞ்சி நான் கூட்டிட்டு வர்றேன். நீ அவ பேச்சைக் கேட்டு அடங்கி இரு!"

ஆயா திரும்பவும் வந்தாள்.

இன்னும் ஆட்டம் போட்டாள். போடும் சோற்றைக்கூட இவர்கள் தராமல் ஆயா கையால் நாய்க்கு வைப்பதுபோல வைக்க, அம்மா உடைந்து நொறுங்கிப் போனாள்.

ஒவ்வொரு நிமிடமும் காதம்பரியின் அருமை புரிந்தது. ஒவ்வொரு நாளும் தனக்கொரு சாவு வராதா என்று பிரார்த்திக்கும் எல்லைக்குப் போய் விட்டாள் அம்மா.

நாலு மாதங்கள் ஓடிவிட, பிறந்த வீட்டிலிருந்து காதம்பரி புறப்பட்டுவிட்டாள்.

குழந்தைக்கு சங்கிலி, காதுக்கு ஜிமிக்கி, நிறைய புதுச்சட்டைகள், காதம்பரிக்கு சேலை, பாத்திரங்கள் என்று எல்லாம் வாங்கித் தந்தான் சங்கர்.

“எதுக்கண்ணா உனக்கு இத்தனை செலவு? ரஞ்சனி ஒருத்தி கல்யாணத்துக்கு இருக்கா!”

“சரி! அதுபாட்டுக்கு அது. உன் பொறுப்புகளும் எங்களுக்கு இல்லையா காதம்பரி?”

“அவர் என்ன செய்யறாரோ? அத்தையை கவனிப்பாரா? கடையை கவனிப்பாரா? எதையும் எழுதறதும் இல்லை. நான் போயா பார்க்க முடியும்?”

ஐந்தாம் மாதம் தொடங்கியதும் இருப்பு கொள்ளாமல் காதம்பரி புறப்பட்டு விட்டாள்.

இருவரும் குழந்தையோடு சேது வீட்டு வாசலை மிதிக்க, உள்ளே சேது கூச்சல் போட்டுக் கொண்டிருந்தான்.

“உன்னால வாயைக் கட்ட முடியாது. வாரி வளைச்சு தின்னுர வேண்டியது. இப்ப பேதி! அந்த ஆயா என்னால முடியாதுன்னு கோவப்பட்டுட்டு வெளியே போயாச்சு. நாங்க என்ன செய்ய முடியும்? சொல்லு!”

காலடி ஓசையில் திரும்பினான்.

இவர்களை “வா” என்றுகூட அழைக்காமல் உள்ளே போய்விட்டான்.

“யாரு காதம்பரியா?”

“நான் தான் அத்தே! உங்க பேத்தியைக் கூட்டிட்டு இன்னிக்குக் காலைலதான் வந்தேன்!”

அடுத்த நொடியே அம்மா வாய்விட்டு அழத்தொடங்கினாள்.

மஞ்சுளா வேகமாக வெளிப்பட்டாள்.

“இதப்பாருங்க! இன்னிக்கு வெள்ளிக்கிழமை. இது குழந்தை குட்டிகள் உள்ள எடம். என்ன ஒப்பாரி வேண்டிக் கிடக்கு? விளங்க வேண்டாமா நாங்க?”

அம்மா கப்பென வாயை மூடிக்கொண்டாள்.

அப்படியும் விசும்பல் தெறித்து விழுந்தது.

காதம்பரியைப் பார்த்தாள்.

கண்களால் தொழுதாள்.

மஞ்சுளா வந்தாள்.

"நாங்க அத்தையை கூட்டிட்டுப் போறம்!"

"ம்...ம்.....!"

"ஒண்ணு சொல்லலாமா?"

"என்னா?"

"நாமும் ஒரு தாய் வயித்துல பிறந்தவங்கதான். ஓர் குழந்தைக்கு தாயானவங்க தான். நம்ம குழந்தை மல மூத்திரம் போனா, அதை எடுக்க ஆயாவை அழைக்கறதில்லை. அருவருப்பு, பாக்கற யாரும் அம்மாங்கற பதவிக்கே தகுதியில்லை. எல்லாம் கடந்து நின்னாத்தான் அவள் அம்மாவாக முடியும்!"

"யாரும் எங்களுக்குப் பாடம் நடத்த வேண்டாம்!"

"நான் பாடம் நடத்த வரலை. நடத்தவும் தெரியாது எனக்கு. ஆனா நமக்கெல்லாம் ஆண்டவன் நடத்தற பாடத்தை அலட்சியப்படுத்த கண்டிப்பா இயலாது. கடவுள் வைக்கற பரீட்சைகளை எழுதாம இங்கே யாரும் தப்பிக்கவும் முடியாது. புரியுதா?"

கோபால் வந்துவிட்டான்.

குழந்தையைக் கூடத்தில் படுக்க வைத்துவிட்டு, கணவனுடன் சேர்ந்து மாமியாரைப் பிடித்து வாசலுக்கு அழைத்து வந்து ரிக்ஷாவில் ஏற்றினாள் காதம்பரி. பிறகு குழந்தையை எடுத்துக்கொண்டு நடந்தாள்.

"ப்பா! தொல்லைவிட்டது! இனி எந்த நாயும் இந்த வாசல்படி ஏறாது. பிழைச்சேன்!"

மஞ்சுவின் குரல் முதுகில் தேய, ரிக்ஷாவில் கோபாலை அனுப்பிவிட்டு குழந்தையோடு நடந்தாள் காதம்பரி.

வீட்டுக்கு வந்து மாமியாருக்குக் கட்டில் அமைத்து, படுக்கை தயார் செய்து படுக்க வைத்தாள்.

அதற்குள் இரண்டு முறை பேதியாகிவிட,

"நீங்க டாக்டரைக் கூட்டிட்டு வாங்க!"

"காதம்பரி பணம்..?"

"அண்ணா தந்த முன்னூறு ரூபா எங்கிட்ட இருக்கு. சீக்கிரம் போய் கூட்டிட்டு வாங்க!"

குழந்தையைத் தூளியில் போட்டுவிட்டு, மாமியாரை சுத்தம் செய்து படுக்க வைத்தாள். டாக்டர் பரிசோதித்து மருந்துகளை எழுதித் தந்தார். ஊசி போட்டதால் அம்மா உறங்கத் தொடங்கியிருந்தாள்.

"ஏன் வந்தம்னு இருக்கா காதம்பரி? பிறந்த வீட்ல இருந்தவரைக்கும் நிம்மதியா இருந்திருப்பே?"

"இல்லப்பா! எந்த ஒரு கல்யாணமான பொண்ணும் பிறந்த வீட்ல நிம்மதியா இருக்க முடியாது!"

சிரித்தான் கோபால்

"பாவம் அத்தை! ரொம்பவும்தான் இளைச்சிட்டாங்க!"

"அப்படியும் புத்தி வந்ததானு தெரியலையே! இப்பக்கூட நீ என்கிட்ட உட்கார்ந்து அஞ்சு நிமிஷம் பேசினா, பொறுக்காது!"

"அதுதான்பா அம்மா. தியாகமும், பொறாமையும் ஒண்ணா சேர்ந்த கலவைதான் தாய். எந்தத் தாய்க்கும் இங்கே தன் மருமகள் விரோதியில்லை. ஒரு பாதுகாப்பு உணர்வுக்காக அப்பப்ப தாக்குதல், தப்பா எடுத்துக்க முடியுமா?"

மாலை ஆறு மணிக்கு அம்மா விழித்துவிட்டாள்.

"காதம்பரி!"

"வந்துட்டேன் அத்தே! அலுமினிய தட்டுல போயிருங்க. நான் எடுத்து சுத்தம் பண்ணிக்கறேன்!"

"இல்லைமா! நான் அதுக்காக உன்னைக் கூப்பிடலை!"

"பின்ன?"

"இப்படி வந்து உட்காரு!"

அருகில் வந்து உட்கார்ந்தாள்.

அவள் கைகளைப் பிடித்துக்கொண்ட மாமியார்.

"என்ன மன்னிச்சிரு காதம்பரி!"

"அத்தே! என்ன இது? நீங்க என்கிட்ட... மன்னிப்பா?"

"அதுல தப்பில்லை காதம்பரி. நான் எத்தனை நாள் இருப்பேனோ? எப்படி என் பாவத்தைக் கழுவுவேன்? உன்கிட்ட மன்னிப்பு கேக்கறதைத்தவிர வேற என்ன பரிகாரம்?"

"எதுக்கு அத்தே பெரிய பெரிய வார்த்தைகள்ளாம்?"

"இல்லைமா! அப்புறம் பேச முடியாம செத்துட்டா?"

"அத்தே!"

"என் பிள்ளைகள் பாசமில்லாம வளர்ந்துட்டாங்க. கோபால் பொறுப்பும் இல்லாம வளர்ந்தான். நீ வந்த பின்னாலதான் நிஜமான உலகம் அவனுக்குப் புரிஞ்சிருக்கு. என்னைப் பராமரிக்க உன் வேலையையும் இழந்து இப்ப வருமானமும் குறைஞ்சு உங்க எதிர்காலமே கேள்விக்குறியா நிக்குது இல்லையா?"

"அதுக்கு உங்களை மட்டும் எப்படி குற்றம் சொல்ல முடியும்?"

"உன் படிப்புக்கும், புத்திக்கும். பழகற பண்புக்கும் நாளைக்கேகூட வேலை கிடைக்கும் காதம்பரி. ஆனா என் காரணமா உன்னால போக முடியாது!"

"அத்தே!"

"நீ போய்த்தான் ஆகணும். நான் பழுத்த இலை, கிட்டத்தட்ட உதிர்ந்தாச்சு உங்க குழந்தை வாழ வேண்டாமா காதம்பரி?"

“என்னை விச்ராந்தி மாதிரி ஏதாவதொரு முதியோர் இல்லத்துல சேர்த்து விடு!”

“சரி அத்தே! குழந்தையை எங்கே விடறது?”

“குழந்தைகள் காப்பகத்துல கூடாதா? காலைல விட்டுட்டு சாயங்காலம் கூட்டிட்டு வரத்தானே போறே! நீயும், கோபாலும் சேர்ந்து உழைச்சாதான் நிமிர முடியும்!”

சற்று தள்ளி மல்லாந்து படுத்திருந்தான் கோபால்.

அவனுக்கு ஆச்சர்யமாக இருந்தது.

“அம்மாவுக்கு எப்படி இத்தனை பக்குவம் வந்தது? தெளிவாக, தீர்க்கமாக, தொலைநோக்9குடன் அன்றைக்கு குடும்ப வாழ்க்கையை அம்மா பார்த்திருந்தால். இன்றைக்கு இந்த நிலை வந்திருக்காது!”

“இது காலம் கடந்த ஞானம்!”

“என்ன சொல்றே காதம்பரி?”

“உங்களை முதியோர் இல்லத்துல விடறதாயில்லை.”

“ஏன் காதம்பரி?”

“பிள்ளைகளால் புறக்கணிக்கப்பட்ட பெத்தவங்க வரிசைல நீங்க சேர வேண்டாம். இடைல வந்த நாலு மாசம் தவிர்க்க முடியாதது.”

“இல்லை காதம்பரி! அந்த நாலுமாசம் நான் ஞான வேள்வி நடத்தின மாசம். முதல்ல கோபம், ஆத்திரம், குமுறல்னு சராசரிக்கும் கீழா கொந்தளிச்சேன். என் எந்த ஒரு உணர்வுக்கும் அந்த வீட்ல மதிப்பில்லைனு. தெரிஞ்சப்ப, என் நிலையை நானே உணர ஆரம்பிச்சேன். ஆவேசமும் இயலாமையும், சுய பச்சாதாபமும் என்னைப் பந்தாடின. காலகட்டத்தை படிப்படியா மனசாற நான் ஜெயிக்கத் தொடங்கினது அப்பத்தான்!”

காதம்பரி ஆச்சர்யத்துடன் பார்த்தாள்.

"படுத்த படுக்கையா இருக்கறதுகூட நான் செஞ்ச பாவம்தான். நடமாடும் போது நடனமாடலாம். கால் முடங்கினாத்தானே வாழ்க்கை புரியுது மகாபாவம்!"

"அத்தே!"

"நான் சொன்னபடி செய். கோபாலோட முரட்டுத்தனம் போயாச்சு. உன்னை அவன் புரிஞ்சுகிட்டான்..."

"உன்னாலதான் அவனுக்கும் இந்தத் தெளிவு வந்திருக்கு. நீங்க ரெண்டுபேரும் வாழணும். நம்ம வீட்ல ஜனிச்ச அந்தப் புதிய ஜீவன் வாழணும்!"

காதம்பரி மாமியாரின் கைகளைப் பிடித்துக் கொண்டாள்.

"நீங்களும் உங்க வாழ்நாள் முடியற வரைக்கும் எங்களை விட்டுப் போக வேண்டாம்!"

"காதம்பரி!"

"உங்களை என்னிக்குமே ஒரு தொல்லையா நான் நினைச்சதில்லை."

ஆனா பணத்துக்கு...?

"சம்பாதிக்கலாம். இந்தக் கடை தொடரட்டும். ஒரு தையல் மிஷன் வாங்கிப்போடறது. பலகார பட்சணங்கள். ஊறுகாய், வடகம், வத்தல்னு வீட்ல தயாரிக்கறது.... முடியாதா?"

"உன் ஒருத்தியால எத்தனைதான்மா முடியும்?"

"முடியும் அத்தே. முடியணும். நான் என் குடும்பபத்துக்காக உழைக்கறது தியாகமில்லை. தியாகம்னு சொல்றது பெரிய வார்த்தை! தன் பணம், அந்தஸ்த்து எல்லாம் துறந்துட்டு, பதவியைக்கூட விலக்கின மகாத்மா பண்ணினது தியாகம். மத்தவங்களுக்காக இத்தனை வயசாகியும் உழைக்கற அன்னை தெரசா தியாகத்தின் சொரூபம்..."

பிறருக்காக உழைக்கறது தான் தியாகம்.

"என் மாமியார், என் கணவன், நான் பெற்ற குழந்தைக்காக நாலு காசு சம்பாதிச்சிட்டா அது தியாகமில்லை. குடும்பத்துல அது ஒரு கடமை."

"காதம்பரி!"

"நாம எல்லாருமே நம்ம சொந்த வசதிகளுக்காக, வாழ்க்கை மேம்பாட்டுக்காக உழைக்கறம். பலனையும் நாம்தான் அடையறம். என்னா, கொஞ்சம் பாசமா ஒருத்தரையொருத்தர் புரிஞ்சுகிட்டா சந்தோஷம் நீடிக்கும். மாட்டேன். எனக்கு ஏன் ஜோலினு பிரிஞ்சு நின்னா, பிடிச்சு இழுக்கவா முடியும்?"

"உன்னால் மட்டும் எப்படீம்மா இத்தனை நம்பிக்கையா இருக்க முடியுது?"

"இதைக் கேக்கற ரெண்டாவது நபர் நீங்க. உங்க பிள்ளை ஏற்கனவே கேட்டாச்சு. நேற்றைக்கே பௌர்ணமி முடிஞ்சு போச்சேனு ஏன் புழுங்கணும்? முடிவுன்னு ஒண்ணு இருந்தா, ஆரம்பம் அடுத்தது வராதா? நாளைக்கும் நிலவு வரும். ஏன் அந்த நம்பிக்கை யாருக்கும் வரலை இங்கே?"

"இன்னிக்கு இருட்லதானே வாழறம் காதம்பரி?"

"இருக்கட்டும். நாளைக்கு வெளிச்சம் வேணும்னா இப்ப உள்ளே இருட்டை சந்திக்காம இருக்க முடியுமா? பகலும், இரவும் மாறி மாறி ஏன் வருது? விஞ்ஞானம் ஆயிரம் சொல்லட்டும். ஆனா அந்த இயற்கை மனுஷ வாழ்க்கையைத் தானே சொல்லுது? இன்பமும், துன்பமும் மாறி மாறி வர்றது தான் வாழ்க்கை?"

"நீ யாரையும் வெறுக்க மாட்டியா?"

"எதுக்கு? நாளைக்கு விடியுமானு நமக்கே தெரியாது. இன்னிக்கு ஸ்நேகத்தோட உறங்கப் போகலாமே! எல்லாரும் தோழர், தோழிகள்னு பார்க்கத் தொடங்கினா பகை எங்கே வரும்? பகை இல்லைனா பழி உணர்ச்சி இல்லை. பழி உணர்ச்சி அற்றுப்போனா, வன்முறை இருக்குமா?"

"காதம்பரி!"

"படுங்க அத்தே! பட்டினி கிடந்தாலும், அதையும் பகிர்ந்துபோம். நீங்க எங்கேயும் போகக்கூடாது! எப்பவும் என்கூடத்தான் இருக்கணும். புரியுதா?"

இரவு எல்லாம் முடிந்து உறங்கப் போனார்கள்.

அம்மா அளவுக்கு மீறிய நிம்மதியை உணர்ந்தாள். தன் வாழ்க்கையில் எல்லாமே முடிந்துவிட்டது என்ற அபூர்வ திருப்தி ஒன்று மனதுக்குள் நிறைந்து கிடந்தது.

கண்களை மூடிக்கொண்டாள்.

உறங்கத் தொடங்கினாள், பரம சந்தோஷத்துடன்.

காலையில் காதம்பரி கண் விழித்தாள்.

அத்தையை எழுப்பினாள்.

அத்தை நிரந்தர உறக்கத்தில் நிம்மதியாக ஆழ்ந்து போனதை குளிரத் தொடங்கியிருந்த அவளது உயிரில்லாத உடல் அறிவித்துக் கொண்டிருந்தது.

***

11

> **“போராடும் நேரம் இது! அரிசியிலிருந்து தொடங்கி அரசியல் போராட்டம் வரை! தினசரி ஒரு போராட்டம்... போராட ஒரு விஷயமும் இல்லையென்றால் அதற்காகவே ஒரு போராட்டம் தொடங்கும். நாளைக்கும் நிலவு வரும்”**

அம்மா இறந்து காரியங்கள் முடிந்து குடும்பம் யதார்த்த நிலைக்குத் திரும்ப ஒரு மாதம் பிடித்தது. சேதுவும், மஞ்சுவும் காரியங்களில் பட்டும்படாமலும் பேருக்குக் கலந்து கொண்டார்கள். கோபாலின் அக்கா தங்கைகளும் வெறும் ஆர்ப்பாட்டத்தோடு சரி.

கோபால் தன் வீட்டில் வைத்தே காரியங்கள் நடக்க வேண்டும் என்பதால் சேது கழட்டிக் கொண்டுவிட்டான். செலவும் கோபால் தலையில் விழுந்தது.

ஏற்கனவே காதம்பரியிடம் மிஞ்சியிருந்தது தாலி ஒன்றுதான். அதையும் விற்று செலவை நடத்தும்படி ஆகிவிட்டது.

எல்லாரும் போயாகிவிட்டது. வீடு “‘ஹோ’”வென கிடந்தது.

காதம்பரி சோர்வாக உட்கார்ந்திருந்தாள்.

“காதம்பரி!”

“என்னப்பா?”

“கையில் அறுபது ரூபாதான் இருக்கு. அம்மா போனதால ஒரு மாசமா கடையும் நடத்த முடியல. கஸ்டமர்கள் திசை மாறியாச்சு. இனி வியாபாரம் நடக்காது!”

காதம்பரி பேசவில்லை.

"நீ வேலை தேடறது இனி நடக்காது. குழந்தையை யார் பாக்கறது?"

காதம்பரி இதற்கும் பேசவில்லை.

"இந்த நிமிஷம் பூஜ்யம். இருக்கிற காசுல ரெண்டு நாள் சாப்பிடலாம். அப்புறம்? குழந்தையோட பாலுக்குக்கூட பஞ்சம் வர்ற நேரம் காதம்பரி நமக்கு!"

"எங்கண்ணா எனக்கு வாங்கித் தந்த வெள்ளிக் குத்து விளக்கு இருக்கு!"

"சரி!"

"அதை வித்தா நிச்சயமா ரெண்டாயிரம் ரூபாய் கிடைக்கும்!"

"சரி அதிகபட்சம் ஒரு மாசத்துக்கு அப்புறம்?"

"இருங்கப்பா! இதை வீட்டுச் செலவுக்காக நான் சொல்லலை சின்னதா ஒரு மெஸ் நடத்தலாம்!"

"அதுக்கு டேபிள், சேர் எல்லாம் வேண்டாமா?"

"இது ஹோம்லி மெஸ். தரையில் உட்கார்ந்து சாப்பிடட்டும். வெளிய ஒரு பலகை வைப்போம். இது கமர்ஷியல் சென்டர். நாலுபேர்கிட்ட சொல்லுவோம். மாசக் கஸ்டமரா ஏத்துப்பம். முன் பணமா கொஞ்சம் வாங்கிப்பம் என்ன சொல்றீங்க?"

"முயற்சில என்னப்பா தப்பு. ருசியாத் தந்தா கூட்டம் தன்னால சேருது?"

"சமையலுக்கு ஆள்?"

"தப்பு! அதுதான் செலவைக் கூட்டும். நான் சமைக்கறேன். நீங்க பரிமாறுங்க. நான் எலையை எடுத்துக்கறேன். நாளைக்கு அமாவாசை. நாளைக்கே தொடங்கிடலாம்!"

"சரி! என்ன மூலதனம்?"

“தொடங்கினவுடனே எத்தனைபேர் வருவாங்க தெரியாது. நம்ம மளிகைக்கடைல நான் தர்ற லிஸ்டைத் தந்து புரொவிசன் மட்டும் கடனா வாங்குங்க. கறிகாய் நாளைக்கு மத்யானம் முடிவு செஞ்சுக்கலாம்!”

“சரி!”

“ஒரு அட்டை எடுங்க! நான் சொல்றமாதிரி எழுதித் தொங்க விடுங்க!”

எழுதினான் கோபால்

“ஹோம்லி மீல்ஸ்!”

“குறைந்த நபர்களுக்கு, மாதாந்திரமாக உணவு தரப்படும். அணுகவும்!”

அழகாக எழுதினான் கோபால்.

“மாட்டி வைங்க! வரும் கஸ்டமர்கள்கிட்டச் சொல்லுங்க. பாக்கலாம்!”

அன்று மாலை நாலு மணிக்கு இரண்டு இளைஞர்கள் வந்தார்கள்.

“என்ன வேணும்?”

“இது மெஸ்ஸா?”

“மாதாந்திரச் சாப்பாடா?”

“ஆமாம். இனிமேல் தான் தொடங்கப் போறம்!”

“ரேட் என்னா?” சொன்னாள் காதம்பரி.

இருவரும் முகம் பார்த்துக் கொண்டார்கள்.

“நாங்க முழுப்பணமே முன் பணமா தரத் தயார். சாப்பாட்டை ருசி பார்க்க வேண்டாமா?”

“இப்ப ராத்திரி சாப்பாட்டை ருசி பாருங்க!”

“சரிங்க!”

"இங்கே டேபிள், சேர் கிடையாது."

"பரவாயில்லை"

"அப்படீன்னா உட்காருங்க!"

அவங்களை உட்கார வைத்து இலை போட்டு நீர் தெளித்துத் துடைத்தாள் காதம்பரி.

கோபால் உள்ளே வந்தான்.

"சாப்பாடு இருக்கா?"

"நாலைஞ்சு பேருக்குன்னுதான் சமைச்சிருக்கேன். சமாளிச்சுக்கலாம். வாங்க!"

குழந்தை தூளியில் உறங்க,

வெந்தய வற்றல் குழம்பு... சௌ சௌ கூட்டு... பாவக்காய் பொரியல், மிளகு ரசம், அப்பளம், மோர் மிளகாய் என்று பரிமாற, இருவரும் ஒரு பிடி பிடித்து விட்டார்கள்.

எழுந்தார்கள்.

"இப்படியொரு அற்புதமான சாப்பாடு எந்த ஓட்டலிலும் கிடைக்காது. எங்களுக்கு மத்யானம், ராத்திரி ரெண்டு வேளை வேணும்!"

"சரி நீங்க மட்டும் தானா?"

"இல்லை கிட்டத்தட்ட நாப்பது பேர் இருக்கும். போட முடியுமா?"

"ம்! சமாளிக்கலாம். ஒரு பேட்ச்ல எட்டுபேர் உட்காரலாம். அஞ்சு பேச். 12 மணிலேருந்து ஒண்ணறை வரைக்கும் பகல்ல. ராத்திரி ஏழெறலேருந்து அதிகபட்சம் ஒன்பது மணி."

"இது எங்க ரெண்டு பேரோட முன் பணம்... ரெண்டு வேளைக்குமா அடுத்த மாசத்துக்கு முழுசா இருக்கு. எண்ணிப் பாருங்க?"

கோபால் சரி பார்த்தான்.

“மத்தவங்க தரக்கூடிய முன்பணம் நாளைக்குக் காலைல உங்களைத் தேடி வரும். நாளைக்கு மத்யானம் தொடங்கி இந்த மாசம் முழுக்க எத்தனைபேர் இருப்பாங்கனு நான் கணக்குப் பண்ணி சொல்றேன்!”

“தேங்க்யூ!”

“இப்ப சாப்பிட்டதுக்கு எத்தனை தரணும் நாங்க?”

காதம்பரி முன்னால் வந்தாள்.

“எதுவும் தர வேண்டாம்! பதிலுக்கு உதவி செய்யுங்க!”

“எப்படி?”

“ஆள் பிடிச்சுக் குடுங்க மெஸ்ஸுக்கு. அதிகபட்சம் நூறு பேர்கூடத் தாங்கும்!”

“கண்டிப்பா செய்யறோம்.”“ நாங்க வர்றம்!”

மறுநாள் காலை ஏழரைக்கு முப்பத்தெட்டு பேரின் முன்பணம் கைக்கு வந்துவிட்டது.

“12 மணிக்கு வர்றம்ங்க!”

அவர்கள் போய்விட,

“காதம்பரி! நம்ம கையில கிட்டத்தட்ட ஆறாயிரம் வரைக்கும் வந்தாச்சு. அபார மூளை உனக்கு. சரியான பிஸினஸைப் பிடிச்சே நீ!”

“வாங்க! கதவைப் பூட்டிட்டு குழந்தையை எடுத்துட்டுப் போகலாம். கறிகாய் வாங்கணும். நான் லிஸ்ட் போட்டாச்சு. ஒரு மணி நேரத்துல திரும்பணும். பணத்தை ஒரு மாச அளவுக்கு டெபாஸிட் பண்ணுங்க, கையில கொஞ்சம் வச்சிட்டு.”

“சரிம்மா!”

சொன்னபடி செய்துவிட்டு வீடு திரும்ப, பரபரவென சமையலில் இறங்கிவிட்டாள் காதம்பரி. கோபாலும் உதவினான்.

12 அடிக்க சமையல் தயாராகிவிட்டது.

"பாகற்காய் பிட்ஸ், கொத்தவரங்காய் பருப்பு உசிலி... கேரட் தயிர்ப்பச்சடி, கேரள ஓலன்... அப்பளம், எலுமிச்சை ரசம் என்று தயாரித்து விட்டாள்."

முதலில் எட்டு பேர் வந்திருந்தார்கள்.

அளவுச் சாப்பாடு தான். எல்லாமே அளவுதான். திருப்திகரமாகச் சாப்பிட்டார்கள்.

முப்பத்தெட்டு பேருக்கு ஒரு மணிக்குள் பரிமாறி முடித்து விட்டாள் காதம்பரி.

"என்னங்க! காலைல டிபன் போடுவீங்களா?"

"அந்த ஐடியா இல்லை?"

"வெறும் இட்லி, வடை, பொங்கல்னு தொடங்குங்க. நாங்க 38 பேர் உண்டு."

"பதில் நாளைக்குச் சொல்றமே!"

பத்து நாள் போனதும் இவர்களால் செய்தி வெளியே பரவி, இன்னும் இருபது பேர் சேர்ந்தார்கள்.

ஆச்சரியம்...

அந்த மாதக் கடைசியில் கணக்குப் பார்த்தபோது 102 கஸ்டமர்கள் சேர்ந்துவிட்டார்கள்.

சம்பளம் வந்ததும் எல்லார் பணமும் வந்தது. இரவில் உட்கார்ந்து கணக்குப் பார்த்தார்கள். காதம்பரியும், கோபாலும்...

கோபால் ஆச்சரியப்பட்டான்.

"ஆயிரத்து ஐநூறு ரூபாய்க்குமேல் லாபம் கிடைத்திருந்தது."

"எப்படி காதம்பரி!"

"ஓட்டல் தொழில் லாபகரமானதுங்க. அதன் தரத்தைக் கூட்டி விதம் விதமாக் கொடுத்தா, நம்மை விடமாட்டாங்க. நாளைக்கு போர்டு வச்சிடுங்க. டிபனும் போட்டுரலாம்!"

"இட்லிக்கு தினமும் அரைப்பியா?"

“என்னால முடியாது. முடியாதுன்னா நேரமிருக்காதுனு அர்த்தம். தினமும் வெளில குடுத்து அரைச்சா கட்டுப்படியாகாது. ரெண்டு நாளைக்கு சமாளிக்கறேன். தவணை முறைல ஒரு கிரைண்டர் வீட்டுக்கு வாங்கிப் போட்டுரலாம்!”

“சரி காதம்பரி”

மூன்றாவது நாள் காலை முதல் இட்லி, பொங்கல், வடை, தோசை என்று நாலே ஆயிட்டங்கள்!

நூறு என்பது நூற்றி இருபது கஸ்டமர்கள் வரை வந்துவிட, இதற்குமேல் கூடாது என்றாள் காதம்பரி.

நேரமில்லை... இடமில்லை... டிமாண்ட் இருந்தால் தான் தொழில் பிரமாதமாகும் என்றாள்.

அந்த 120 பேருக்கு டிபன் செக்‌ஷனும் ஆரம்பித்து சாப்பாடும் தொடர, மாதம் இரண்டாயிரத்தைக் கடந்து விட்டது வருமானம்.

ஆறு மாதம் ஓடிவிட,

காதம்பரியின் மெஸ் அந்தப் பிரதேசம் முழுக்கப் பிரபலமாகி விட்டது.

தன்னையும் சேர்த்துக் கொள்ளும்படி கெஞ்சியது ஒரு கபே.

காதம்பரி பிடிவாதமாக மறுத்துவிட்டாள்.

நல்ல வார இதழ் ஒன்றில் “கவர் ஸ்டோரியே” வந்துவிட்டது இந்த மெஸ் பற்றி.

ஒரு வருடத்தை நெருங்குவதற்குள் நன்றாகவே பிரபலமாகி விட்டது.

ரேட்டை ஏற்றிவிட்டாள் காதம்பரி.

யாரும் முகம் சுளிக்கவில்லை. இன்னும் கூட்டம் அதிகரிக்கும் நிலையில் தான் இருந்தது.

குழந்தை சுரேகா நடக்கத் தொடங்கிவிட்டது. அன்று இரவு,

குழந்தையும் உறங்கிய பின்பு கோபால் அருகில் வர, கணக்குகளை பார்த்துக் கொண்டிருந்த காதம்பரி நிமிர்ந்தாள்.

"ஒரு வருஷத்துக்கு நீ எலும்பும் தோலுமா ஆயாச்சு காதம்பரி!"

"நீங்க மட்டும் என்னவாம். குனிஞ்சு நிமிர்ந்து தினசரி மூணுவேளை பரிமாறக்கூடிய காரணமா, தொப்பையெல்லாம் காணாம போயாச்சு!"

சிரித்தான் கோபால்.

"சரி படுக்கலாமா?"

"அம்மாடீ!"

"என்னப்பா?"

"உன் கழுத்துல வெறும் மஞ்சள் கயிறும், மஞ்சள் கிழங்கும் தான் தொங்குது!"

"நீங்க பக்கத்துல இருக்கீங்களே. அது போதாதா?"

"பேசும்போது சரியாத்தான் இருக்கு. ஆனா மனசு சங்கடப்படுது காதம்பரி!"

"எல்லாம் சரியாகும்!"

"ஒரு உதவியாளரை வச்சுக்கக் கூடாதா?"

"வச்சுக்கணும். சமையலைத் தவிர பாக்கியெல்லாம் பார்க்கட்டும். சாப்பிட்டு வீட்டோட கிடக்கற அனாதையா இருக்கணும்!"

"நம்ம கஸ்டமர்கள்கிட்டேச் சொன்னா பிடிச்சுத் தர்றாங்க!"

"சரி இடப் பிரச்னை?"

"தெரியலை. யோசிப்போம்! வீட்ல உள் அறைகளையும் ஒதுக்கினா அஞ்சு பந்தி போட்டா இருநூறு பேர் சாப்பிடலாம் தாராளமா."

"த பாருங்க இன்னிக்கு அமாவாசை தான். ஆனா நாளைக்கு நிலவு வரத் தொடங்கிடும். கொஞ்சம் கொஞ்சமா வளரும் நம்பிக்கைதான் வாழ்க்கை. நாளைக்கும் நிலவு வரும். அந்த வெளிச்சத்துல சந்தோஷப் படலாம்!"

"காதம்பரி!"

"சொல்லுங்கப்பா!"

அருகில் நெருங்கி அவள் மடியில் படுத்துக் கொண்டான்.

"எத்தனை நாளாச்சு!"

"மடில படுத்துகிட்டா? குழந்தையா நீங்க?"

"மடில படுக்க மட்டுமில்லை...! மெலிதாக கண்ணடித்தான்..."

"ஷ்! பேசாம தூங்கணும்... தப்பு அதெல்லாம்!..."

"நான் உன் புருஷன்டி!"

"அதனால்?"

"எனக்கில்லாத உரிமையா?" மடியில் படுத்த நிலையில் அவளை சங்கடத்துக்கு உள்ளாக்க,

நெளிந்தாள் காதம்பரி.

"அப்புறமா நான் எழுந்து போயிடுவேன்!"

"போயேன்... சொல்றதுதான் வெறும் பாசாங்கு!"

அலாரம் அடித்தது.

அதன் தலையில் குட்டிவிட்டு கோபால் உறங்கத் தொடங்கினான்,

கண் விழித்தபோது ஏழு!

வாரிச் சுருட்டிக்கொண்டு எழுந்தான். உள்ளே வந்தான்.

காதம்பரி குளித்துவிட்டு வந்து காலை உணவு தயாரிக்கத் தொடங்கிவிட்டாள்.

"ஸாரிமா தூங்கிட்டேன் நான்!"

"சங்கடமா இருக்கப்பா!"

"எதுக்கு?"

"சமத்துக்கு சமம் அடுக்களைல நீங்களும் வேலை செய்யத் தொடங்கிட்டீங்க!"

"எனக்கு உத்யோகமா பாழா போகுது!"

"இது ஸெல்ப் எம்பளாய்மென்ட்னு நாகரீகமாச் சொல்லுங்களேன்."

சிரித்தான் கோபால்.

"அதெப்படி காதம்பரி உன்னால் மட்டும் எல்லாத்தையும் உயர்வா நினைக்க முடியுது!"

"மனுஷப் பிறவியே உயர்வான பிறவி தான். இதுல எதுக்கு தாழ்ந்த சிந்தனை?"

பரபரவென மெஸ் தொடங்கிவிட்டது. காலை உணவும், கூடுதல் கஸ்டமர்களும் சேர, இடம் பிரச்னையானது.

யாரும் முகம் சுளிக்காமல், ருசியை மனதில் கொண்டே அங்கே வந்து கொண்டிருந்தார்கள்.

வார இதழில் வெளியான பின்பு வெளியூரில் இருந்து வரும் டூரிஸ்டுகள்கூட இங்கே எட்டிப் பார்க்கத் தொடங்கியதுதான் ஆச்சர்யம்.

வெளியில் இடம் பார்த்தால் முன் பணம், வாடகை என்று நிர்வாகச் செலவு கூடும். வீட்டில் சமாளித்து விடலாம் என்று தீர்மானித்து விட்டார்கள்.

ஏறத்தாழ நாற்பது நாட்கள் ஓடி விட, காதம்பரியிடம் ஒரு சோர்வு தெரிந்தது அப்பட்டமாக,

"நீ அளவுக்கு மீறி உழைக்கறே காதம்பரி."

"நமக்காகத்தானேப்பா?"

"நீ மட்டும் படுத்துட்டா, நிலைமை என்னாகும்?"

“அப்படி எதுவும் நேராது!” அவள் சொல்லி முடிப்பதற்குள் வாந்தி குபீரெனப் புறப்பட்டது.

ஓடினாள் பாத்ரூமுக்கு.

கோபாலும் பின்பற்றினான். பதட்டத்தோடு குந்தி உட்கார்ந்து மூச்சிரைக்க வாந்தி எடுத்துக் கொண்டிருந்தாள், குடலே அறுந்து கொட்டியதைப்போல.

“குழந்தை அழறாப்பா, போய்த் தூளியை ஆட்டுங்க. எனக்கு ஒண்ணுமில்லை!”

கோபால் வெளிப்பட்டான்.

“ஒருவேளை மஞ்சள் காமாலையா? இருக்கலாம். உடனே டாக்டரிடம் போக வேண்டும்!”

காதம்பரி வந்துவிட்டாள்.

“நீ இப்பவே டாக்டர்கிட்ட புறப்படு காதம்பரி!”

“சரியாப் போச்சு. சமையல் ஆகணும் எனக்கு. வந்தவங்களைப் பட்டினி போட்டு அனுப்ப முடியுமா?”

“ஒருவேளை மஞ்சக்காமாலையா இருந்தா?”

“இல்லைப்பா!”

“பின்ன?”

“நாள் தள்ளியிருக்கு!”

“நிஜம்மாவா?”

“ம்...! நான் குளிச்சு நாப்பத்தி நாலு நாள் ஆயாச்சு. அன்னிக்கு சொன்னேன் உங்ககிட்டே. கேக்கலை. வந்தாச்சு வயித்துல!”

துள்ளிவிட்டான் கோபால்.

“எனக்கொரு மகன் பிறப்பான் அவன் என்னைப் போலவே இருப்பான்” - பாடினான்.

கஸ்டமர்களை அனுப்பிவிட்டு இவர்கள் சாப்பிட வர, மணி மூன்றாகிவிட்டது.

"காதம்பரி!"

"சொல்லுங்கப்பா!"

"உன் உடம்பு ஏற்கனவே பலவீனம் இருநூறு பேருக்கு மூணுவேளை சாப்பாடு, கர்ப்பிணி நீ, எத்தனை காலம் இதைத் தொடர முடியும்?"

"அதான்பா நானும் யோசிக்கறேன்!"

"என்ன யோசிச்சே?"

"இதைக் கலைச்சிரலாம்!"

"என்ன பேசற நீ? அதுக்கா நான் சொன்னேன்?"

"நீங்க சொல்ல வேண்டாம். உண்மை நிலை அதுதானே?"

"நமக்கென்ன எட்டு குழந்தைகளா? இது ரெண்டாவதுதானே? தப்பென்ன?"

"இல்லைப்பா! போகப் போக என்னால சமைக்கக்கூட முடியாம சோர்வு தட்டும்."

"ஆமாம்!"

"பிரசவ காலம் வந்துட்டா மூணு மாசம் நகர முடியாது. மூணு மாசத்துக்கு நம்மை நம்பியுள்ள கஸ்டமர்கள் பட்டினி கிடக்க முடியுமா? நம்மோட இந்தத் தேக்கத்தை ஒரு போட்டியாளன் பயன்படுத்திட்டா. நம்மோட மார்க்கெட் அடி வாங்கும்!"

"இதெல்லாம் நானும் யோசிச்சேன் காதம்பரி!"

"மேற்படி எல்லாம் பார்க்கும்போது இந்தக் குழந்தையைக் கலைச்சிர்ரதுதான் நல்லது!"

"வேணாம் காதம்பரி!"

"பின்ன?"

"எப்படியும் ரெண்டாவது பிரசவம் இங்கே தான். உங்கம்மா வந்துரட்டும் நம்ம வீட்டுக்கு!"

"அதுவும் கடைசி நேரத்துலதான். நீ அடுக்களை உட்கார்ந்து என்னை வழி நடத்து நான் சமைக்கறேன். உப்பு, புளி நீ போட்ரு. ஃபைனல் டச் உன்னுது! சரியா?"

"நீங்க சமைக்கப் போறீங்களா?"

"ஏன் கூடாதா? இல்லை முடியாதா?"

"முடியும்பா! ஆனா...!"

"ஆனா, ஆவ்வன்னாவை நம்ம குழந்தை படிக்கட்டும். இது நல்ல யோசனை. ஒப்புக்கோ காதம்பரி. நம்ம சுரேகாவுக்கு இணையா இந்தக் குழந்தை இருக்கட்டும். கலைக்க வேண்டாம்!"

அவள் பேசவில்லை.

மறுநாள் தொட்டே கறிகாய் நறுக்குவதிலிருந்து கோபால் பொறுப்பேற்றுக் கொண்டான். உட்கார்ந்த இடத்திலிருந்து அவளை எழுந்திருக்க விடாமல் அவளிடம் கேட்டுக் கேட்டு சமையலைத் தொடங்கினான்.

"முடியலைனா ஒரு தலைகாணி வச்சு இங்கேயே படுத்துக்கோ!"

"மஸ்லின் ஜிப்பாவும், பட்டுக்கறை வேட்டியும், மாரில் தவழும் புலி நகமும், வேட்டி நுனியைத் தூக்கிப் பிடித்தபடி ராஜ நடை நடக்கும் அந்த கர்வம் பிடித்த கோபாலா இவன்?"

இடுப்பில் அழுக்குத் துண்டு, திறந்த மார்பு. சவரத்துக்குக்கூட நேரமில்லாத முகம்.

வியர்வை வழிய சமைக்கிறான்.

காதம்பரிக்குக் கண்கள் கலங்கிவிட்டது. கோபால் பார்த்துவிடக்கூடாது என்று வேறுபுறம் திரும்பிக் கொண்டாள்.

நான் கொடுத்து வைத்தவள்!

குடும்பம் நன்றாக வாழும் போது யார் கையையும், யாரும் பிடித்துக்கொள்ள வேண்டும் என்று தேவையில்லை.

சரியும்போது கை கொடுக்க வேண்டும். கணவன், மனைவி சேர்ந்து வாழவேண்டும். இன்பம், துன்பம், எதிலும் இணைந்தே செயல்பட வேண்டும்!

அதுதான் நிஜமான தாம்பத்யம்!

"ரசத்தில் உப்பு சரியா இருக்கா பாரு!"

ரசித்தாள்.

"கை குடுங்க!"

"எதுக்கு?"

"நான் பதம் சொல்லாம ரசம் பண்ணியிருக்கீங்க. எனக்குக்கூட இத்தனை ருசியா வராது!"

"குருவை மிஞ்சிட்டாரா?"

கேட்டுவிட்டு உற்சாகமாக கோபால் சிரிக்க, அது காதம்பரியையும் தொற்றிக்கொண்டது.

***

12

நாகரீகப் போர்வைக்குள் நாறிப்போன அழுக்குகள்! தொடர்ந்து வரும் அவலங்களில் தொலைந்து போன பண்பாடுகள்! இளமைப் புயலில் சிக்கிக்கொண்டு இல்லாமல் போகின்ற பெண்மைகள்! ஓ...மானிடப் பதரே! நாளைக்கும் நிலவு வரும்!

அதிகாலையில் எழுந்து குளித்துவிட்டு, ஈர டவலை கூந்தல் குத்தகைக்கு எடுக்க பரபரவென சேலையைச் சுற்றிக்கொண்டு கண்ணாடி முன் வந்து நின்றாள் காதம்பரி.

மோதிர விரலில் குங்குமம் எடுத்து நெற்றியின் மத்திக்கு அதைக்கொண்டு போக கண்ணாடியில் அவள் முகம் பளிச்செனத் தெரிந்தது.

முன் நெற்றியின் முகப்பில் ஏராளமான வெள்ளிக் கம்பிகள்,

குங்குமத்தை வைத்துவிட்டு ஈர டவலை உதறினாள். கூந்தலின் பெரும் பகுதியை நரை ஆக்ரமித்திருந்தது.

போன வாரம் கோபால் சொன்னது ஞாபகத்துக்கு வந்தது.

"காதம்பரி!"

"என்னா?"

"என்னடீ வயசு உனக்கு?"

"வர்ற ஆடிக்கு நாற்பது!"

"நாப்பது வயசுல என்னடி இப்படியொரு நரை. எங்கம்மா அறுபது கடந்தும் ஒரு நரைகூட வராம இருந்தாளே!"

“அந்தந்த வயசுல அததது வரணும்பா. இந்த நரை கம்பீரம். கண்ணியம், பார்க்க ஒரு மதிப்பு தோணலை?”

“போம்மா! எனக்குக் கொஞ்சம் மனக்குறைதான்!”

“ஏன் ரெண்டு பேருமா வெளிலே வரும்போது என்னை உங்கக்காவானு கேக்கறாங்களா?”

“அப்படிக் கேட்டா தேவலையே! பாட்டியானு கேக்கறாங்க!”

“ஆமாம்! அங்கே மட்டும் இளமை பொங்கி வழியுதாக்கும்?”

“ஒரு நரை காட்டு பார்க்கலாம்!”

“வேணாங்க. தொந்தி என்னைப் பாக்குதே! சொந்த மெஸ்ல நாலு காசு வந்தப்ப, பணத்தொந்தி வந்தாச்சு. நீங்க ஓடணும்!”

“வீட்டை விட்டா?”

“ச்சீய்! காலைல ஜாகிங் போகணும்னு சொல்றேன்!”

“ஏற்கனவே ரத்த அழுத்தம், சர்க்கரையெல்லாம் இருக்கு!”

“நாக்கு நாலு முழம். வயித்தையும், மனசையும் கட்டுப்படுத்தாத ஆண் பிள்ளைக்கு ஆயுள் குறைச்சல்னு சொல்லுவாங்க!”

சட்டெனக் கலைந்தாள்.

பரபரவென சமையல் கட்டுக்குள் நுழைந்து வேலைகளைத் தொடங்கிவிட்டாள்.

ஆயிற்று,

வாடிக்கையாளர்கள் வந்து விடுவார்கள் காலை உணவுக்கு.

மெஸ் தொடங்கி, பதினான்கு வருடங்கள் ஆகி விட்டன. ஓஹோ என்று பெரிய ஓட்டலாக நடக்காவிட்டாலும், ஒரு குடும்பம் கண்ணியமாகப் பிழைக்கும் அளவுக்கு அந்த மெஸ் உருவாகிவிட்டது.

ஆரம்பத்தில் காதம்பரியும் கோபாலும் மட்டுமே கடுமையாக உழைத்தார்கள். ஒரு மாதிரி பிக்கப் ஆனவுடன்

பரிமாற, இலையெடுக்க, மார்க்கெட் போகவென்று ஒரு ஆளை போட்டார்கள் சமையல் மட்டும் காதம்பரிதான்.

காய்கறி நறுக்கி, அரைத்துக் கொடுத்து இப்படியெல்லா வேலைகளையும் கோபால் செய்வான்.

ஒரு கிரைண்டர், இன்னும் மெஸ்ஸுக்குத் தேவையான பொருட்களை ஓரளவு வாங்கிவிட்டார்கள்.

வீட்டின் முன் பகுதியில் பர்னிச்சர் போட்டு சின்ன மெஸ்ஸாக மாற்றிவிட்டார்கள்.

"தரைல உட்கார்ந்து இலைல சாப்பிடற "ஹோம்லி" சூழ்நிலை மாற வேண்டாம்மா!" என்றவர்களுக்கு மட்டும் அவர்களின் விருப்பம் நிறைவேற்றினார்கள்,

பண்டிகைக் காலங்களில் இனிப்புகளுக்கு ஒரு சில ஆர்டர்கள் வர அதையும் செய்து தந்தாள் காதம்பரி.

சுரேகா பிறந்து இரண்டு வருடங்களில் சுனில் பிறந்து விட்டான்.

இரண்டு பேரும் இப்போது பள்ளிக்கூடம் போகத் தொடங்கிவிட்டார்கள். நகரின் பிரதான கான்வென்ட் ஒன்றில் குழந்தைகள் படிக்கத் தொடங்கியிருந்தார்கள்.

அதற்கு நாலைந்து பேர் கோபாலின் காதுபட விமர்சனம்கூடச் செய்தார்கள்.

"நடத்தறது ஓட்டல். இந்த வருமானத்துல பிள்ளைகளுக்கு கான்வென்ட் படிப்பு என்ன வேண்டிக் கிடக்கு?"

"ஏன் காதம்பரி இதுமாதிரி பேசறாங்க? நம்ம குழந்தைகள் படிக்கக்கூடாதா?"

கோபால் ஆதங்கப்பட்டான்.

"இதப் பாருங்கப்பா! பேசறவங்க பலவிதமா பேசத்தான் செய்வாங்க. பொருட்படுத்த வேண்டாம். படிப்புதான் உசத்தி இந்த உலகத்துல. அதைவிடப் பெரிய சொத்து எதையும்

குழந்தைகளுக்கு நம்மால தர முடியாது. அது கையில் இருந்தா எங்கே போனாலும் பிழைச்சுக்கலாம். சுனிலை ஒரு டாக்டர் ஆக்கணும்னு ஆசையா இருக்கு!"

"ஏன் பொண்ணை விட்டுட்டியே!"

"அவளைக் கொஞ்சம் இழுத்துப் புடிக்கணும்!"

"ஏன்?"

"சுனில் அளவுக்கு சுரேகா படிக்கிறதில்லை. ரொம்ப விளையாட்டுத்தனமா இருக்கா. பத்தோட, பதினொண்ணா வர்றா ஸ்கூல்ல. முன்னல்லாம் நான் வீட்ல கத்துக்குடுத்தேன். இப்ப எனக்கும் நேரம் இருக்கிறதில்லை. உடம்பும் முடியலை!"

"சரி விடு! ட்யுஷன் வச்சிரலாம்!"

"ஆமாங்க! அதைத்தான் நானும் நினைச்சேன்!"

கலைந்தாள் காதம்பரி அவசரமாக. தலையைத் துவட்டிக்கொண்டே அடுக்களைக்குள் நுழைந்தாள்.

கோபால் எழுந்து வந்தான்.

"முடியலைன்னா படுங்கப்பா! நான் பார்த்துக்கறேன்!"

"நீயும் மனுஷிதானே? உனக்கு மட்டும் அலுப்பு சலிப்பே வராதா? நான் போய் குளிச்சிட்டு வந்திர்றேன்."

"வென்னீர் பாய்லர்ல ரெடியா இருக்கு!"

"சரிம்மா!"

கோபால் பாத்ரூமுக்குப் போய்விட்டான். இட்லி பொங்கலுக்கு வேண்டிய ஆரம்ப ஏற்பாடுகளைச் செய்துவிட்டு கூடத்துக்கு வந்தாள் காதம்பரி. சுனில் தானே எழுந்து முகம் அலம்பிக்கொண்டு படிக்க உட்கார்ந்திருந்தான்.

"காபி தரட்டுமா சுனில்?"

"வேணாம்மா. பல் தேய்க்கலை."

“பரவாயில்லைடா. குடிச்சுக்கோ. படிக்கக் கொஞ்சம் புத்துணர்ச்சி கிடைக்கும்!”

“அய்ய... வாய் நாறும் விட்ரு!” திரும்பினாள். கலைந்த உடைகளில் இளமைகளின் விளிம்பு தென்பட, சுரேகா சுகமான உறக்கத்தில் இருந்தாள்.

“சுரேகா... எழுந்திருடி. பொண்ணாப் பொறந்துட்டு என்ன இப்படியொரு தூக்கம்?”

“விடம்மா” காலை வேளைல மனுஷனை நிம்மதியாத் தூங்க விடமாட்டே நீ!”

“அவன் உன் தம்பி. எத்தனை பொறுப்பா இருக்கான் பாரு!”

சுரேகா திரும்பிப் படுத்துக்கொண்டு உறங்கத் தொடங்கினாள்.

கோபால் உள்ளே வந்தான்.

“காலைல ஏன் குழந்தையை கரிச்சுக் கொட்டறே?”

“ஆமாம். அதுக்குத்தான் வேலை மெனக்கெட்டு இங்கே வந்திருக்கேன்! உங்க அருமை மகளை எழுப்புங்க... எனக்கு கொத்சு வைக்கணும் இட்லிக்கு!”

காதம்பரி உள்ளே ஓடினாள்.

கோபால் வேட்டிக்கு மாறி, தலைசீவி, பட்டையாக நெற்றியில் விபூதி பூசி, மத்தியில் சந்தனம் குங்குமத்துடன் தயாராகி விட்டான்.

“கண்ணா! எழுந்திருடா! மணி ஆறாகப் போகுது. விடிந்ததும் பெண் குழந்தைகள் தூங்கினா, வீட்டுக்கு ஆகாதும்மா!”

சுரேகா விழித்தாள்.

“குட்மார்னிங் டாடி!”

அந்த வழியாகக் கடந்த காதம்பரி,

“அப்பானு அழகான தமிழ் இருக்கும்போது என்ன வேண்டிக்கிடக்கு தாடியும், அம்மியும்?”

"அம்மா சுத்தக் கர்நாடகம் டாடி!"

"என் போறாத காலம் அது நீ எழுந்திருடா! ஸ்கூலுக்குப் புறப்பட வேண்டாமா?"

"ஆமாம்... கொஞ்சம் புத்தக மூட்டை சுமந்துட்டு அங்கே கொண்டுபோய் வைக்க வேண்டியது. சாயங்காலம் திருப்பித் தூக்கிட்டு வந்துட்டா அதுக்குப் பேரு படிப்பா?"

"என்ன டாடீ இது? நாடகத்துல அப்பப்ப வந்து ஜோக் சொல்லிட்டுப் போற காரெக்டர் மாதிரி மம்மி அப்பப்ப வந்து என்னைத் திட்டிட்டுப் போறாங்க!"

"கோபாலுக்குச் சிரிப்பு வந்துவிட்டது."

சுரேகா எழுந்து பாத்ரூம் போக, கோபால் படுக்கையைச் சுருட்டத் தொடங்கினான்.

"ம்...!" இதையும் நீங்க செய்ங்க. அந்தத் தடிச்சி குனிய மாட்டாளோ?"

"பாவம்டி குழந்தை! இங்கே இருக்கிற வரைக்கும் தான் சலுகையெல்லாம்! நாளைக்கு ஒருத்தன் கையில் புடிச்சுக் குடுத்தா என்ன பாடுபடுமோ?"

"இவளா? அவரைப்படுத்தி வைக்காம இருந்தா சரி!"

பதினாலு வயதுக்குப் பந்தயக் குதிரைபோல வளர்ந்திருந்தாள் சுரேகா. கான்வென்ட் உடையில் மற்றவர்களின் கண்களைப் பிடுங்கும் வளர்த்தி.

காதம்பரிக்குக் கவலையாக இருந்தது.

படபடவென பேசி, எல்லாரிடமும் கலகலப்பாகப் பழகும் பெண் சுரேகா.

"என்றைக்குக் குழந்தைத்தனம் மாறி, இந்த உலகத்தை இந்தப் பெண் புரிந்துகொள்ளப் போகிறதோ?"

"அம்மா!"

சுரேகாவின் உரத்த குரல் பாத்ரூமிலிருந்து.

"எதுக்காக கத்தற? வெளியே வந்து சொல்லேன்!"

"நீ இங்க வாம்மா!"

"எனக்கு வேலை இருக்கு சுரேகா. கழுத்தை அறுக்காதே! எதுவானாலும் இங்கே வந்து சொல்லு!"

சுரேகா கதவைத் திறந்துகொண்டு வெளிப்பட்டாள்.

கூடத்துக்குள் நுழைந்தாள்.

கோபாலும் அங்குதான் இருந்தான்.

"அம்மா! நான் மேஜராயிட்டேன்!"

"என்னடி சொல்ற?"

"புரியலையா உனக்கு? நான் பெரியவளாயிட்டேன்னு சொல்றேன்!"

தூக்கி வாரிப் போட்டது காதம்பரிக்கு.

"அய்யோ! நீ இங்கே வரக்கூடாது. சீக்கிரம் பின் கட்டுக்கு வந்து தொலை!"

"நீதானே வரச் சொன்னே?"

"உன்னை...? அப்பாவையும் வச்சிட்டு இப்படியா பகிரங்கமா...? நான் இப்ப என்ன செய்வேன்? எனக்குக் கையும், காலும் நடுங்குது!"

காதம்பரியின் குரலில் அழுகை எட்டிப் பார்த்தது.

"நீ ஏன் இத்தனை பதட்டப்படறே? எல்லா பெண்களுக்கும் உள்ளதுதானே இது? கௌரி வயசுக்கு வந்தப்பக் கூட அவங்கம்மா அழுதாங்களாம். எனக்குப் புரியலை... வயசுக்கு வந்த சமாச்சாரத்தை ஏன் இத்தனை இமோஷனலா அம்மாக்கள் ட்ரீட் பண்றாங்க. ஜஸ்ட் லைக் தட் அதுவும் ஒரு ஸ்டேஜ் தானே? இல்லையா டாடீ?"

"ஆ...ஆமாம்மா!" கோபாலும் ஆடித்தான் போயிருந்தான்.

சுரேகாவை இழுத்துக்கொண்டு காதம்பரி பின்கட்டுக்கு ஓட, கிச்சனுக்குள் கோபால் நுழைந்தான்.

அவனும் அக்கா தங்கைகளுடன் பிறந்தவன்தான்.

இந்த வயதுக்கு வரும் நிகழ்ச்சியை அவனும் தெரிந்து கொண்டது பள்ளியிறுதி வருடத்தில் தான்.

காலம் எப்படி மாறிவிட்டது?

தன்னிடம் ஏற்படும் அந்த மாறுதலை, திடீர் அதிர்ச்சியை, தாளமாட்டாமல் பெண் குழந்தைகள் மிரண்டு அழுவதைத்தான் அவன் பார்த்திருக்கிறான்!

அம்மாக்கள் சமாதானம் சொல்லி, நாசுக்காக புரிய வைத்து...

எல்லாமே மாறிவிட்டது.

"நான் பெரியவளாயிட்டேன்" என்று தானே சொல்லும் பெண்ணை கோபால் இப்போது தான் பார்க்கிறான்.

"அதையும் படு காஷுவலாக!"

"இதுவும் ஒரு ஸ்டேஜ்தானே மம்மி!"

"என் மகள் குழந்தையல்ல. பதினான்கு வயதில் சற்று முன் மலர்ந்த அந்த புஷ்பத்துக்கு எல்லாமே தெரிந்திருக்கிறது."

"அப்பா இருந்தால் என்ன? எல்லாரும், எல்லாமும் தெரிந்தவர்கள்தான். ஏன் போலித்தனம், என்று முகத்தில் அடித்துவிட்டுப் போகும் புதிய தலைமுறை என் மகள்."

கோபால் சட்னியை தயாரிக்கும் நேரம். பின்கட்டில் வாக்குவாதம் நடந்து கொண்டிருந்தது.

"மூணு நாளைக்கு வீட்டுக்குள்ள நீ வர வேண்டாம்!"

"கொல்லப் பக்கம் திறந்த வெளில இருக்கச் சொல்றியா என்னை?"

"இல்லைடீ! வீட்டுக்குள்ளேனா, சமையல்கட்டும் பூஜை ரூமும் சொன்னேன் நான்!"

"எனக்கும் அது தெரியும். ஆனா நான் ஸ்கூலுக்குப் போகணும் இப்ப!"

"இன்னிக்கு வேண்டாம்!"

"ஏன்மா! நீயேன் இப்படி மிரண்டுபோறே? படிச்சவள்னு வேற சொல்ற. இது இயல்பு. இதை ஏன் பெரிசுபடுத்தற?"

காதம்பரி வெலவெலத்துப் போனாள்.

"உன்னை வீட்டுக்கு அழைச்சு, புட்டு சுத்தி...!"

"நாலு பேரைக் கூப்பிட்டு பாடச் சொல்லி...என்னை நடுக்கூடத்துல உட்கார வச்சு காட்சிப் பொருளாக்கப் போறியா? ரிடிகுலஸ்! நான் சம்மதிக்கமாட்டேன்".

"என்னடீ எதிர்த்துப் பேசற?"

"புரிஞ்சுக்கோம்மா. காலம் மாறத் தொடங்கியாச்சு. இதுமாதிரி அநாகரீக சங்கதிகளுக்கு நான் துணை வர மாட்டேன் நீ வேலையைப் பாரு. நான் ஸ்கூலுக்குப் போறேன். என்ன நடந்து போச்சு இப்ப? இப்படியா ஆர்ப்பாட்டம் பண்ணுவே?"

ஒரு மணி நேரத்தில் வழக்கம்போல கான்வென்ட் ஸ்கர்ட்டில் தொடை தெரிய அவள் நடந்து போக, காதம்பரிக்குக் கவலை வந்தது.

"என்னங்க!"

காலை கஸ்டமர்களை அனுப்பிவிட்டு அக்கடா என்று சாய்ந்த நேரம், கோபாலை அழைத்தாள்.

"என்னம்மா?"

"நேற்றைக்கு இருந்த மாதிரியே இன்றைக்கும் இருக்காளே சுரேகா!"

"என்னம்மா தப்பு?"

"அவ தன்னோட அடுத்த படிய ஏறியாச்சுங்க!"

“அது அவளுக்குத் தெரியாதா? உன்கிட்ட வந்து எத்தனை அழகா “நான் மேஜராயிட்டேன்”னு சொன்னா. இதைவிட நாசுக்காச் சொல்ல எந்தப் பெண்ணால முடியும் காதம்பரி? நீ பெருமைப்படணும் அவளைப் பெத்ததுக்காக!”

“சரிங்க! ஆனா பயமும் படணும்!”

“எதுக்கு?”

“இது தேவலை. இதே பாணில எல்லாத்தையும் வாழ்க்கைல கேஷுவலா எடுத்துக்க முடியாது. எடுத்துக்கவும் கூடாது. நானும் ஆங்கிலப் புலமை உள்ளவள் தான். இலக்கியமும், பண்பாடும் தெரிஞ்ச நாகரீக சமூகத்தின் வெளிப்பாடு எனக்கும் புரியும். ஆனா இந்த வேகம் விவேகம் இல்லை”.

“சரி சரி! நீ லெக்சர் அடிக்கத் தொடங்கினா நிறுத்துவியா? சமையல கவனி!”

“உங்க மகளைப் பற்றி ஒரு வார்த்தை அவளைப் பெற்ற நானே சொல்லக் கூடாதா?”

“மாறி வரும் சமூக அமைப்புல பதினாலு வயசுல இத்தனைத் தெளிவான பெண்ணைப் பெத்ததுக்குப் பெருமைப்படு!”

“பெண் நதியா ஓடணும். காட்டாறா மாறினா மலைல சரிஞ்சு பாறைல மோதி பல திசைகள்ள சிதற வேண்டிய அவலம் வரும். வாங்க! வந்து தேங்காயைத் துருவுங்க!”

கோபால் பேசவில்லை.

காதம்பரியிடம் காட்டிக் கொள்ளாவிட்டாலும் சுரேகாவைப் பற்றிய கவலை அவனுக்கும் இருந்தது.

வெகுளியாக இருந்தபோது உண்டான கவலையைவிட, இந்த வயதுல எல்லாம் தெரிந்த நிலை இன்னும் ஆபத்தோ என்று தோன்றியது. உடல்கூறுகளை உணர்ந்த பெண், உறவின் எல்லைகளையும் கட்டாயம் உணர்ந்திருப்பாள்.

“உறவுகளைப் புரிந்து கொண்ட அளவுக்கு உணர்வுகளைப் புரிந்துகொள்ள இயலுமா?”

“இத்தனை வயதாகியும் உணர்வுகளின் மின்னல் வீச்சை கட்டுக்குள் கொண்டுவர, எல்லாம் தெரிந்த விவேகிகளால்கூட முடிவதில்லை. இந்த அரும்பு இப்போதுதான் மலர்ந்திருக்கிறது. கணிக்கும் ஆற்றல் இந்தப் பூவுக்கு வருமா?”

“காதம்பரி இதை நினைத்துத்தான் கவலைப்படுகிறாளா?”

“மகள் நதியாக இருக்கணும். காட்டாறா மாறக் கூடாது” என்று ஒரே வார்த்தையில் கவலையைச் சொன்ன காதம்பரியின் பயம் புரிந்தது கோபாலுக்கு!”

ஒன்பதாம் வகுப்பில் படிக்கும்போதுகூட அந்தப் பயம் அவர்கள் இருவரையும் பாதிக்கவில்லை.

பத்தாம் வகுப்பு இறுதித் தேர்வை நெருங்கும் சமயம், ஒருநாள் மாலையில் ஒரு பைக்கில் வந்து வீட்டு வாசலில் இறங்கினாள் சுரேகா.

கொண்டு வந்துவிட்டவன் ஒரு இளைஞன் கல்லூரி மாணவனாக இருக்க வேண்டும்.

“உள்ள வா ரஞ்சித்!”

“நோ யா! எனக்கு நிறைய வேலையிருக்கு. நாளைக்கு உன்னை ஸ்கூல்ல வந்து பாக்கறேன். பை!”

அரை வட்டமடித்து பைக்கை போக்குவரத்தில் கலந்தான்.

சுரேகா படு அலட்சியமாக உள்ளே வந்தாள்.

“நில்லுடி!”

நின்றாள். அம்மாவைப் பார்த்தாள்.

“யாரவன்?”

“என் காதலன்னு சொல்லுவேன்னு நினைச்சியாம்மா? சர்ட்டன்லி நாட்! ஜஸ்ட் பாய் ஃப்ரெண்ட்!”

"என்னடீ பேசற பெத்தவகிட்ட?" காதம்பரி ஆவேசமாக மகளை நெருங்கினாள்.

"ஷ்! நீ என்னா? தமிழ்ப்பட அம்மா மாதிரி சீன் க்ரியேட் பண்ற? என்ன நடந்து போச்சு இப்ப?"

கோபால் வந்தான்.

"என்ன சண்டை ரெண்டு பேருக்கும்?"

"இல்லை டாடி! ராகினி, என் கிளாஸ்மேட் அண்ணன் தான் பைக்ல வந்த ரஞ்சித். நோட்ஸ் வாங்க ராகினி வீட்டுக்கு நான் போனப்ப, ரஞ்சித்தைச் சந்திச்சேன். ஹெள ஸ்வீட்? ஒரு நல்ல பாய்ஃப்ரெண்ட் கிடைச்சது எனக்கு. பைக்ல கொண்டுவந்து வாசல்ல இறக்கினான், அது தப்பா? ஏன் மம்மி இத்தனை நாரோவா இருக்காங்க?"

சொல்லிவிட்டு உள்ளே போய்விட்டாள்!

காதம்பரி தன் சிவந்த முகத்தைக் கோபாலின் பக்கம் திருப்பினாள்.

"விடம்மா! காலம் மாறுது இல்லை. யாரை எந்த எல்லைல நிறுத்தணும்னு நம்ம பொண்ணுக்குத் தெரியும். நீ பதறி எந்த லாபமும் இல்லை. நடக்கறது தான் நடக்கும்! புரியுதா?"

முகம் கழுவி வேறு உடை மாற்றிக்கொண்டு வந்தாள் சுரேகா.

கான்வென்ட் அல்லாத சமயங்களிலும் தொடை தெரியும் அந்த ஸ்கர்ட்தான். சிலசமயம் சுடிதார்.

"ஏண்டீ ட்ரஸ் இப்படி போடற? ஸ்கூல்னா யூனிஃபாரம் போடணும். வேற வழியில்லை. மற்றபடி வெளில போகும்போது கொஞ்சம் அடக்கமா இருக்கக் கூடாதா?"

"அடக்கம் மனசுல இருந்தாப் போதும் மம்மீ!"

தயாராக ஒரு பதில் வைத்திருப்பாள்.

பளிச்சென தந்துவிடுவாள்.

கூந்தலை ஒரு நாளும் முடியமாட்டாள். ஷாம்பூவில் கழுவப்பட்ட அது, முதுகில், காதோரங்களில் அலை அலையாகப் புரளும்.

“இதை இப்படி பறக்க விட்டுட்டே போகணுமா?”

“நான் நவீன பாஞ்சாலி மம்மி. அவளாவது துரியோதனன் ரத்தம் பூசி கூந்தலை முடிஞ்சா. எனக்குச் சான்ஸே இல்லை”.

“நாளைக்கு உன்னை ஒருத்தன் பெண் பார்க்க வந்தா, இப்படியே தலைவிரி கோலமா வந்து நிப்பியா?”

“யெஸ், அதுல என்ன தப்பு?”

“உன்னை வேண்டாம்னு சொல்லிட்டு போயிட்டே இருப்பான்!”

“போகட்டும்! இவனை விட்டா வேற ஆண் பிள்ளையே பூமில இல்லையா?”

“பாரு மம்மி! எனக்குனு சில வேல்யூஸ் உண்டு. அதை மதிக்கிறவன் எனக்குப் புருஷனா வரட்டும். என் உடைகளும், அலங்காரமும் என் தனிச் சுதந்திரம். அதுல தலையிடற உரிமை யாருக்கும் இல்லை. இது உனக்கும் பொருந்தும். சரிதானா?”

இதன்பிறகு என்ன பேசமுடியும்?

பள்ளிக்கூடம் முடிந்து வருவாள். ஏதாவது கொஞ்சம் சாப்பிட்டுவிட்டு, அரைமணிநேரம் தன்னை அலங்கரித்துக் கொண்டு, தோழிகளின் வீடுகளுக்குப் போய் வருவாள். அரட்டை அடிக்க.

பள்ளியிறுதித் தேர்வுகளின் முடிவுகள் வந்துவிட்டது.

எண்பது சதவீதம் கடந்து வாங்கியிருந்தாள். காதம்பரி அசந்தே போனாள். வாய்விட்டே சொல்லி விட்டாள்.

“எப்ப நீ படிச்சே? எப்படி இத்தனை மார்க்குகள் உன்னால வாங்க முடிஞ்சது?”

“அதுதான் சுரேகா! இப்பப் புரியுதா உன் மகளை?”

“சரி! காலேஜுக்கு அப்ளிகேஷன் வாங்கணும்?”

"அதெல்லாம் நான் ஏற்பாடு பண்ணியாச்சு."

அவள் கையில் கொண்டு வந்து தந்தாள். அப்ளை செய்தாள்.

ஆண் பெண் இணைந்து படிக்கும் கல்லூரி ஒன்றில் நேர்முகம் காண அழைப்பு வந்தது.

"நீ கூட போயிட்டு வா காதம்பரி!"

"எதுக்கு மம்மி! பிரஸிடென்ஸிக்கு எனக்கு வழி தெரியாதா? நான் பார்த்துக்கறேன். நீ வர வேண்டாம்!"

எப்படி பேசினாளோ, எதைச் சாதித்தாளோ, பி.எஸ்.ஸி கம்ப்யூட்டர் சயின்ஸ்ஸில் இடம் கிடைத்து விட்டது சம்பளத்தைக் கட்டினாள். அடுத்த வாரம் கல்லூரி திறந்துவிட்டது.

மாலை நேரம் டைப்பிங், ஷார்ட் ஹேண்ட் கம்ப்யூட்டர் என்று ஏதேதோ படித்தாள். மெஸ்ஸில் வரும் வருமானம் போதாமல் காதம்பரியும் கோபாலும் தவித்தார்கள்.

"இரண்டு குழந்தைகளின் படிப்பு என்றால் சும்மாவா?"

ஒரு வருட காலம் பல்லைக் கடித்துக்கொண்டு இருவரும் ஓட்ட, சுரேகா ரெண்டாவது வருஷத்தில் அடியெடுத்து வைத்துவிட்டாள்.

தினம் ஒருவன் வந்து பைக்கில் விட்டுவிட்டுப் போவான்.

வேறொருவன் அழைத்துப் போக வருவான். சுரேகாவுக்கு நிறைய ஆண் நண்பர்கள் உண்டு. காதம்பரி தொடக்க காலத்தில் தினசரி சூடாகிக் கொண்டிருந்தாள்

சுரேகா சொல்லும் பதிலில் துவண்டு போனாள்.

கோபால் தான் சமாதானப்படுத்தினான்.

ஆனாலும் காதம்பரி விடவில்லை.

இந்த நிலையில், மூன்றாவது வருட மத்தியில் சுரேகா படிக்க, பொறியியல் கல்லூரியில் இடம் கிடைத்து விட்டது சுனிலுக்கு. அது தொடர்பான செலவுகளுக்கு ஏகப்பட்ட கடன் வெளியே

வாங்கியிருந்தார்கள். அவனது படிப்பு, ஹாஸ்டல் ஃபீஸ் எல்லாமாக நிலை தடுமாறச் செய்தது

கோபாலுக்கு ரத்த அழுத்தம், சர்க்கரை எல்லாம் அதிகமானது. உடம்பில் ஊளைச்சதை போட்டுக் கொண்டே வர, முன்பு போல அதிகமாக உழைக்க முடியவில்லை. அந்த வேலையும் சேர்த்து காதம்பரிக்கு வர, அவள் தடுமாறிப் போனாள்.

தனியாக சமாளிக்க முடியாமல், ஒரு சில வாடிக்கையாளர்களை இழக்க வேண்டி வந்தது. அதனால் வரும்படி குறைந்து கொண்டே வந்தது

“என்னங்க!”

“என்னம்மா?”

“வருமானம் முன்னை மாதிரி இல்லை.”

“ரெண்டு பேருக்கும் வயசாகுது இல்லையா? உழைக்கத் தெம்பிலை உடம்புல!”

“நாப்பது, நாப்பத்தஞ்செல்லாம் ஒரு வயசாப்பா?”

“சொகுசா இருந்தா அறுபதுலகூட இளமை நீடிக்கும். அடுப்படியில் 24 மணி நேரமும் நிக்கறவங்களுக்கு அழகும் இளமையுமா நீடிக்கும்.”

“எனக்கு பயம்மா இருக்கு!”

“இப்பல்லாம் நீ ரொம்பக் கோழையா மாறிட்டு வர்றே காதம்பரி.”

ஏன்னு தெரியலை. வீதில நிற்கவிருந்த குடும்பத்தைத் தூக்கி நிறுத்தினது உன் தன்னம்பிக்கையும், தைரியமும் தானே?”

“இருக்கலாம்பா! அப்ப நம்ம ரெண்டு பேருக்கும் வயசென்ன?”

“இப்ப என்னதான் சொல்றே நீ?”

இப்பத்தான் சுனில் இன்ஜினியரிங் சேர்ந்திருக்கான். முடிய நாலு வருஷம். அப்புறம் பி.ஜி பண்ண ரெண்டு வருஷம்.

அப்புறம் வேலை கிடைச்சு... ஏழு வருஷம் நம்ம பலத்துல குடும்பம் நடக்குமாப்பா?"

"த பாரும்மா! மரத்தடில குடித்தனம் நடத்தவும் தயாரா இருந்தமே! நினைவிருக்கா உனக்கு?"

"ம்..!"

"நீயும். நானும் சேர்ந்தா உலகத்தையே விலை பேசலாம். தைரியமா இரும்மா!"

அன்று மலை ஒரு ரெகுலர் கஸ்டமர் டிபனுக்கு வந்தார். அந்த நேரம் தான் பைக்கில் வந்து இறங்கினாள் சுரேகா.

"ஹாய் அங்கிள்!" அருகில் வந்தாள். எப்படிம்மா இருக்கே?"

"ஃபைன்! உங்ககிட்ட ஒரு யோசனை சொல்லலாமா?"

"என்னம்மா?"

"பாலியெஸ்டர் வேட்டி கட்டிட்டு, கட்டம் போட்ட அண்டர்வேர் போடாதீங்க, அசிங்கமா தெரியுது வெளில."

உள்ளே போய்விட்டாள்.

அந்த மனிதருக்கு ஒரு மாதிரி அவமானமாகப் போய் விட்டது. சற்று நேரத்தில் வேறொரு இளைஞன் வர, அவனோடு புறப்பட்டுப் போய்விட்டாள்.

"கோபால்!"

"சொல்லுங்க தாமு!"

"பதினைந்து வருஷமா இங்கே நான் வாடிக்கையாளர்!"

"ஆமாம்!"

"பணத்தல மட்டுமில்லை. குடும்பரீதியாகவும் நான் உங்க ரெண்டு பேர் கூடவும் பழகறேன்."

"நிச்சயமா!"

"நீ தப்பா நெனக்கலேன்னா சொல்றேன்!"

“சொல்லுங்க தாமு!”

“உன் மகள் சுரேகாவைப் பற்றி வெளில கண்டபடி பேசறாங்க.”

“யாரு?”

“ஒருத்தரா ரெண்டுபேரா? தெருவுல போறவன் உன் வீட்டைக் காட்டிக் காட்டி பேசற அளவுக்கு நிலைமை முத்திட்டே வருது.”

“தாமு!”

“நீ மழுப்பாதே கோபால் நாகரீகம் என்னதான் வளர்ந்திருந்தாலும் இந்த பூமில பண்பாடு இன்னும் சாகலை. பெண்ணோட அடிப்படை இயல்பும் மாறலை, வேளைக்கு ஒரு நண்பன்னு உன் மகள் ஊர் சுத்தறது உனக்கு வேணும்னா உசத்தியா இருக்கலாம். ஆனா, ஊர் சிரிக்கறதை உன்னால் தடுக்க முடியுமா?”

“.....!”

“நான் ஊதற சங்கை ஊதிட்டேன்பா. அப்புறம் உன் இஷ்டம் போல செய் வரட்டுமா?”

கதவைச் சாத்திவிட்டு கோபால் உள்ளே வர, நெருப்பைக் கக்கும் விழிகளுடன் நின்று கொண்டிருந்தாள் காதம்பரி.

***

13

நாளேடுகளைப் புரட்டினால் கள்ளச் சாமியார்களின் மோசடிச் சிந்து அதையும் அரசியலாக்கும் அறிவு (?) பூர்வமான அமைச்சர் பெருமக்கள் எங்கும் எதிலும் வியாபாரம் நடுத்தர வர்க்கத்துக்கு நாளை என்பதே கேள்விக்குறி வருமா நிலவு?

சுரேகா பைக்கில் வந்து இறங்கினாள். அந்த இளைஞனுடன் உரசி நின்றபடி சிரித்துச் சிரித்துப் பேசினாள்.

“பை சுரேகா! நாளைக்குப் பார்க்கலாம்!” அவன் தலையை ஒயிலாகச் சாய்த்து அவளிடம் விடை பெற்றபடி பைக்கை உதைக்க, அது காணாமல் போனது.

தொடை தெரியும் மிடியும், பொங்கி பூரிக்கும் டாப்ஸூம் அணிந்து, வெட்டி விடப்பட்ட கூந்தல் முதுகில் புரள, டாக் டாக் என்று நடந்து வந்தாள் சுரேகா.

“நில்லுடி!”

“என்னம்மா?”

“யாரவன்? நடு ரோட்ல நின்னு அவனோட என்ன பேச்சு?”

“என் பாய் ஃப்ரெண்ட்!”

“இதுக்கு என்னடீ அர்த்தம்?”

“தமிழ்ல சொல்லணுமா? ஸ்நேகிதன்னு அர்த்தம்!”

“நிறுத்துடி! உனக்கு இந்த மாசில இருபது முடியும்” மோசமான வயசு இது. மாசு படிஞ்சிரக் கூடாதேனு பார்க்கறேன். உன்

டிரஸ், நீ பழகற சர்க்கிள், உன் பேச்சு எதுவுமே சரியா இல்லை சுரேகா!"

சுரேகா பேசாமல் உள் நோக்கி நடக்க,

"நில்லுடி! நான் பேசிட்டே இருக்கேன். உனக்கு அலட்சியமா இருக்கா? என்னங்க! கேளுங்க நாலு கேள்வி!"

"டாடி உன்னை மாதிரி மடிசஞ்சி இல்லை. அவருக்கு எல்லாம் புரியும். எதுவும் கேட்கமாட்டார்!"

"இல்லை சுரேகா. உங்கம்மாவோட கேள்விகளுக்கு நீ பதில் சொல்ல வேண்டிய அவசியம் வந்தாச்சு!"

"டாடி!"

"அவளை எதிர்க்கலாம்னு நினைக்காதேடா. என் ஆதரவு உனக்குக் கிடைக்காது. நெஞ்சை நிமித்திட்டு, உங்க பாட்டி பேச்சைக் கேட்டுட்டு ராஜநடை நடந்தவன்தான் நானும். என் குடும்பத்தோட இளமைத் திமிர் இப்ப உன் உடம்புல படிஞ்சிருக்கு. ஆனா ஆடின ஆட்டத்துக்கெல்லாம் அனுபவிச்சேன். இப்ப அனுபவிக்கறேன். உனக்கும் அந்தக் கஷ்டங்கள் வரக்கூடாதுடா கண்ணா!" – கோபாலுக்கு மூச்சிரைத்தது, தொடர்ச்சியாகப் பேசியதால்.

"போதுங்க! உங்களுக்கு ஆஸ்துமா பிரச்னை இருக்கு. அதிகம் பேசாதீங்க!"

"இல்லை காதம்பரி இவள் இத்தனை தலைதெறிக்க நடக்க ஒரு வகைல நான்தான் காரணம்". "த பாரும்மா, சுரேகா... உங்கம்மா மட்டும் என் மனைவியா வரலைனா ரோட்டோரம் பிச்சை எடுத்துட்டு இருந்திருப்பேன் என் திமிருக்கு!"

"என்னங்க!"

"இரு காதம்பரி! உங்கம்மா என்ன சொன்னாலும், எதைச் செஞ்சாலும் அதுல நியாயம் இருக்கும். அவளும் கான்வெட்ல படிச்சவள் தான். அவ பேசற ஆங்கிலத்துக்கு உன்னால் நேரே

நின்னு பதில் சொல்ல முடியாது. நான் பூஜ்யம். எனக்குப் பக்கத்துல எண்களா இருந்து என்னைப் பெருமைப்படுத்தினா உங்கம்மா!"

காதம்பரி மகளின் அருகே வந்து அவளது கூந்தலைத் தடவிக் கொடுத்தாள்.

"த பாருடா கண்ணம்மா! உன்மேலே எனக்கு எந்தக் கோபமும் இல்லை. பிறந்த வீட்ல இருக்கிற வரைக்கும் உன் விருப்பம்போல நீ வாழலாம். நாளைக்கு ஒருத்தனுக்கு சொந்தமாயிட்டா, எல்லாம் அடிபடும். இப்ப அதிகபட்ச சுதந்திரம் கொண்டாடிட்டு, அப்புறம் கூண்டுல அடைச்சா, அதிர்ச்சி அதிகமா இருக்கும். உன் நன்மைக்காதத்தான் நான் சொல்றேன்!"

"என்னை யாரும் கூண்டுல அடைக்க முடியாது. அதுக்கு ஒருத்தன் பிறந்து வரணும்!"

"சுரேகா!"

"த பாரும்மா! இன்னும் நாலு மாசத்துல என் டிகிரி முடியும். நான் இப்பவே ஸ்டெனோகிராபி, கம்ப்யூட்டர் ரெண்டும் முடிச்சாச்சு, ரிசல்ட் வரதுக்கு முன்னால வேலை எனக்கு உத்தரவாதம்!"

"யார் சொன்னது?"

"இதையெல்லாம் யார் சொல்லணும்? வெகேஷன் ப்ளேஸ்மென்ட் போனப்ப, ஒரு கம்பெனி ஜி.எம்கிட்ட நான் பேசி அவருக்கு என்மேலே நல்ல அபிப்பிராயம்!"

"நீ என்கிட்ட சொல்லவே இல்லையே?"

"எல்லாத்தையும் வீட்ல ஒப்பிக்க முடியுமா? இந்த ஷ்யாம் என்னை பைக்ல கொண்டு வந்து விட்டானே, இவன் அதே கம்பெனில ஜூனியர் எக்ஸிக்யூட்டிவ். நல்ல செல்வாக்கு உள்ளவன்."

"என்ன ஜாதி?"

“வீ டோன்ட் மைண்ட் இட்! உன் காலம் மாறியாச்சு மம்மி. அப்பாவை, அண்ணன், தம்பியை துணைக்கு அழைச்சிட்டு ஒரு பெண் வெளியே போற நாள் முடிஞ்சாச்சு. ஆம்பளைன்னா, அடுக்களை நிலைப்படில் நின்று எட்டிப் பார்க்கறது ஆபாசம். ஒரே பைக்ல ரெண்டு பசங்களுக்கு நடுவுல ஒரு பொண்ணு உட்கார்ந்து போற காலம் இது!”

காதம்பரியின் காது மடல்கள் சிவந்தன.

“அதனால நீ என்னைப் பற்றியே யோசிக்க, உன் ஆயுள்ள பாதியைக் குறைச்சுக்காதே. சரியா?”

உள்ளே போய் விட்டாள்.

காதம்பரி கோபாலின் முகத்தைப் பார்த்தாள்.

அதில் ஆழமான அதிர்ச்சி தெரிந்தது. சகித்துக்கொள்ள முடியாத ஒரு வேதனையும், வலியும் புரிந்தது.

அருகில் வந்தாள் காதம்பரி.

அவன் தோளில் கை பதித்தாள். சட்டென சிரித்தாள்.

“குழந்தைதானே? உலகம் புரியலை. அதிகச் சலுகை காரணமா வந்த படபடப்பு... தலைமுறை மாறிட்டே வருது இல்லையா?”

“நீ யாருக்கு சமாதானம் சொல்றே காதம்பரி? உனக்கா? எனக்கா?”

காதம்பரி அவரைப் பரிதாபமாகப் பார்த்தாள்.

“அடுப்புல எதையாவது வச்சிட்டியா காதம்பரி? தீஞ்சு போன வாசனை வரலை?”

“ஆமாம்பா. தீஞ்சு போகத் தொடங்கியாச்சு!” சொல்லியபடி நிதானமாக நடந்தாள்.

சுரேகா சற்று நேரத்தில் ஒரு சில புத்தகங்களைப் பொறுக்கிக்கொண்டு யாரிடமும் சொல்லாமல் வெளியே போய்விட்டாள்.

மதியம் மூன்று மணிக்கு கோபாலுக்கு மூச்சிரைப்பு அதிகமானது.

காதம்பரி பதறிப்போய் டாக்டரை வரவழைத்து விட்டாள்.

அவர் பார்த்துவிட்டு,

"ரெண்டு நாள் நர்ஸிங் ஹோம்ல இருக்கட்டும்மா. அவருக்கு "பெட் ரெஸ்ட்" இருந்தா நல்லது. அட்மிட் பண்ணிக்கட்டுமா?"

"வேண்டாம் டாக்டர். காதம்பரி தனியா...!"

"ஷ்! பேசாம இருங்க. அட்மிட் பண்ணுங்க டாக்டர்."

ஒரு மணி நேரத்துல கோபாலுக்கு சகல மருத்துவ பரிசோதனைகளும் நடந்தன.

மறுபடியும் தனி அறையில் கொண்டுவந்து விட்டார்கள்.

"ஒருநாள் ரூம் வாடகை என்ன காதம்பரி?"

"ஏன்பா? அதுவா முக்கியம்?"

மருந்துச் செலவு வேற. டாக்டர் ஃபீஸ் கட்டணும். ரெண்டாயிரம், மூவாயிரம் ஆயிராதா?"

"ஆகட்டும்!"

"எப்படிம்மா சமாளிப்பே? ஏற்கனவே மெஸ்ல என்னால உழைக்க முடியலைனு உன் பாரம் கூடுது. சுனிலுக்கு டெர்ம் ஃபீஸ் வேற கட்டணும்!"

"எல்லாம் நான் பார்த்துப்பேன். நீங்க என் பக்கத்துல முழுசா இருந்தாப் போதும். இந்த உலகத்தையே ஜெயிக்கிற பலம் எனக்கு வந்துடும்!"

கோபாலுக்கு கண்ணீர் வந்தது.

"ஷ்! உணர்ச்சிவசப்படக் கூடாதுப்பா!"

"உனக்குப் புருஷனா வாழ என்னிக்குமே எனக்குத் தகுதி இல்லை காதம்பரி!"

குனிந்து அவன் காதோரம் என்னவோ சொன்னாள்.

“அதுவும்தான் பாக்கி எனக்கு!” உதடுகளைக் கீறிக் கொண்டு சிரிப்பொன்றை உதிர்த்தான் கோபால்.

“இப்படி சிரிச்சிட்டே இருங்க. நான் பார்த்துக்கறேன்!”

சுனில் நாலு மணிக்கு வீட்டுக்கு வந்து விவரம் தெரிந்து மருத்துவமனை வந்துவிட்டான். அதற்குள் மருத்துவ அறிக்கை வந்துவிட்டது.

“பயமுண்டா டாக்டர்?”

காதம்பரி கவலையுடன் கேட்டாள்.

“விசேஷமா நோய் எதுவும் இல்லை. டென்ஷன் படக்கூடாது அவர்.”

“குடும்பத் தலைவனுக்கு அது வராம எப்படி டாக்டர்?”

“வரலாம்மா. அதிர்ச்சிகள் வந்துட்டா, அதைத் தாங்கிக்கற சக்தி அவர் இதயத்துக்கு இல்லை. வராம கவனிச்சுக்குங்க!”

“சரி டாக்டர்!”

“நாளைக்கும் இருக்கட்டும். சாயங்காலமா கூட்டிட்டுப் போங்க!”

“ஆகட்டும் டாக்டர்.”

சுனில் அப்பாவின் பக்கத்தில் உட்கார்ந்திருந்தான்.

“சுனில்!”

“என்னப்பா?”

“நான் ஒருவேளை செத்துப் போயிட்டாலும், உங்கம்மா மனசு கோணாம நடந்துகோப்பா. இந்த உலகத்துல அவளுக்குனு உன்னைத் தவிர யாருமில்லைடா கண்ணா!”

“அப்பா...!” மிரண்டுபோனான் சுனில்.

“நல்லா படி! கடமையே கண்ணா செயல்படு. உங்கம்மா பட்ட பாட்டுக்கு அவளுக்கு ஒரே வெளிச்சப் புள்ளி நீதான்!”

“.....!”

"சரி! நீ வீட்டுக்குப் போ!"

சுனில் வெளியே வந்தான்.

"சுனில்! காலைல பண்ணின சாப்பாடு இருக்கு. நீயும், சுரேகாவும் போட்டு சாப்பிடுங்க. அம்மா இன்னிக்கு அப்பாகூட இருக்கணும். நாளைக்கு வந்துடுவேன்."

"சரிம்மா!"

அவன் போனதும் உள்ளே வந்தாள் காதம்பரி.

"என்ன சொன்னீங்க? குழந்தை முகத்துல ஒரு பீதி வந்திருக்கு!"

"அவனுக்கும் தன் எதிர்கால நிர்பந்தம் என்னன்னு தெரிய வேண்டாமா காதம்பரி?"

"அழகாத்தான் இருக்கு! என்ன நேர்ந்து போச்சு இப்ப உங்களுக்கு? போதுமே! நீங்களும் கலங்கி, அவனையும் கலங்கடிச்சு...!"

"சரி விடு காதம்பரி. எனக்குப் பசிக்குது!"

"ப்ரெட் வாங்கிட்டு வருவான் சுனில். அப்புறம் தான் வீட்டுக்குப் போவான்!"

"சுரேகா இன்னும் வரலை!"

"வீடு திரும்பியிருக்க மாட்டா. பேசாம படுங்க!"

"நீ இனிமே மெஸ் நடத்த முடியாது காதம்பரி!"

"ஏன்?"

"தனியா உன்னால எப்படி எல்லாம் நிர்வகிக்க முடியும்?"

"நீங்க கூட இல்லையா? ஆலோசனைகள் கேட்டுட்டு அதன்படி நடத்தறேன். முடியாதா?"

"இருட்டிப் போச்சே காதம்பரி!".

"விளக்கைப் போட்டுக்கலாம்!"

"நான் ரூம் இருட்டைச் சொல்லலை!"

"எந்த இருட்டுக்கும் வெளிச்சம் உண்டு. இன்னிக்கு போன நிலவு திரும்பாமலா இருக்கும். நாளைக்கும் அது வராதா?"

"நீ என்ன சொல்ற?"

"நம்பிக்கை! நம்பிக்கை வேணும்னு சொல்றேன். மனுஷ பலம் எதுல? வீதில நின்ன நீங்களும், நானும் இப்ப ரெண்டு குழந்தைகளும் ஆளாயாச்சு. எப்படி?"

"எப்படி காதம்பரி?"

"நடக்கும். மனசும், செயலும் சுத்தமா இருந்தா எல்லாம் ஜோரா நடக்கும். இதுவரைக்கும் நடந்திருக்கு. இனிமேலும் நடக்கும்!"

சுனில் ரொட்டியுடன் வந்தான்.

சுரேகா பின்னாலேயே!

"என்னம்மா ஆச்சு டாடிக்கு?"

"மூச்சிரைப்பு அதிகமாப் போச்சு!"

கட்டிலில் வந்து உட்கார்ந்து கொண்டாள். "எப்படி இருக்கு டாடீ?"

"நீ வந்துட்டியேடா. எல்லாம் சரியாப் போகும்!"

கன்னம் குழிய சுரேகா சிரித்தாள்.

"சுரேகா! நீயும் சுனிலும் வீட்டுக்குப் போங்க. நாளைக்கு ஒருநாள் மெஸ் இல்லைனு வாடிக்கையாளர்களுக்குச் சொல்லிருங்க!"

"சரிம்மா!"

"நாளைக்கு அப்பாவக் கூட்டிட்டு நான் வந்துருவேன்!"

"அம்மா! சங்கர் மாமா ஏதோ வேலையா உள்ளூர் வந்திருக்காராம். வந்து நாலு நாளாச்சாம்!"

"அப்படியா?"

"ஏன்மா சுவாரசியமில்லாம பேசற?"

"நீங்க ரெண்டுபேரும் புறப்படுங்க சுரேகா!"

அவர்கள் போனதும், கட்டிலில் வந்து உட்கார்ந்தாள் காதம்பரி.

"சங்கர் வந்து நாலு நாளாச்சா? ஏன் காதம்பரி நம்மைப் பார்க்க வரலை?"

"ஒரு காலத்துல உன்மேல உயிரையே வச்சிருந்தான் உங்கண்ணன். இப்ப ஏன் இந்த மாற்றம்?"

"எல்லாம் அந்தஸ்து பேதம்தான். வசதியுள்ள மாமனார் வீடு, சொத்துக்களோட பெண்டாட்டி... சொந்த வீடு, கார்...? அவ மாத்திட்டா சங்கரை! அவனுக்கு இயலாமை. கல்யாணமே தாமதம். அதுக்கு முன்னால் தன் கால்ல நின்னான். சரியான ஆம்பிளையா இருந்தான். மாமனார் பணத்துல மண்ணுக்கும் கீழே தாழ்ந்தாச்சு. எங்கப்பாவும் போய், கடைசி காலத்துல எங்கம்மா மருமகள்கிட்ட பட்ட பாடு... கொடுமை அதெல்லாம்!"

"நீ அவன்கிட்ட எதையும் எதிர்பார்க்கலயே காதம்பரி?"

"சரி" ஒருவேளை எதையாவது நாடி வாசப்படி ஏறிட்டா? இந்தக் காலத்துல பொண்டாட்டி வந்துட்டா, மற்ற உறவுகளை எல்லாம் ஆம்பளை உதறிடணும். அதுதானே நியதி.

"நீயும் ஒரு மனைவி தானம்மா?"

"பிழைக்கத் தெரியாத பெண்டாட்டி." விடுங்க நம்ம பிரச்னையே நமக்கு தலைக்குமேல. இதுல மத்தவங்க கவலை எதுக்கு? பேசினது போதும். படுங்க."

கோபால் உறங்கத் தொடங்கினான்.

அந்த மருத்துவமனையே மயான அமைதிக்குள் நுழைய, கடிகாரத்தின் டிக்டிக் சப்தத்தைக் கேட்டபடி காதம்பரி கொட்ட கொட்ட விழித்திருந்தாள்.

உறங்கி வெகு நாட்களாயிற்று. கவலை!

இருக்கும் வருமானத்தில் குழந்தைகளைக் கரை சேர்த்தாக வேண்டும்.

கோபால் சோர்ந்துவிட்டான்.

இனி அவனால் முடியாது.

இந்த நிலையில் நான் ஒருத்தி உழைத்து எல்லாம் சாதிக்க முடியுமா? சுனில் தலையெடுக்கும் வரை, என் ஒருத்தியால் குடும்ப பாரத்தைச் சுமக்க முடியுமா?

கேள்விகள் அவளைப் பந்தாடின.

பாவம் அவர்! இந்தக் கவலைகளெல்லாம் அவருக்கும் இருக்காதா?

வேண்டாம். பேசினால் அவர் கவலை கூடிவிடும். அது அவர் உடல் நிலையைப் பாதிக்கக்கூடாது,

விடியும்போது மெல்ல மெல்ல உறங்கிப்போனாள்.

ஆயிற்று மேலும் ஆறு மாதங்கள் ஓடிவிட்டன.

சுரேகா தன் பட்டப்படிப்பை முடிப்பதற்குள் அவள் சொன்ன அந்த நிறுவனத்தில், நல்ல சம்பளத்தில் வேலை கிடைத்துவிட்டது.

கோபாலுக்கு சந்தோஷம்.

“சுரேகா ரெண்டு வருஷம் சம்பாதிச்சா, குடும்பத்தை நிமிர்த்திடலாம் காதம்பரி. அதுக்குள்ள சுனில் தலையெடுத்துடுவான். தெய்வம் மூக்கு, வாய் ரெண்டையும் ஒரே சமயத்துல மூடறதில்லை!”

“இருங்க! முதல் சம்பளமே சுரேகா வாங்கலை இன்னும்!”

“வந்துடுமே அடுத்த வாரம்!”

சம்பளம் வரும் அந்த வாரத்தில் சுரேகா சற்று வாட்டமாக இருந்தாள். ஒரு மாத காலமாகவே வேலையில் சேர்ந்த ஒரு சில நாட்களில் ஒரு சோர்வு அவளிடம் தெரிந்தது.

சுற்றித் திரிந்த குழந்தை உத்யோகம் பாரமாக இருக்கக்கூடும் என்று நினைத்தாள் காதம்பரி.

அன்று காலை சுரேகா எழுந்திருக்கவேயில்லை.

“சுரேகா நீ ஆபீசுக்குப் போகலையா? இன்னிக்கு சம்பள நாள் வேற!”

“தலைசுத்தல் அதிகமா இருக்கும்மா. போக முடியாது என்னால!”

“நான் டாக்டரை வரவழைக்கட்டுமா?”

அய்யோ வேண்டாம். சடாரென எழுந்து விட்டாள்.

“ஏண்டீ அதுக்கு இப்படிப் பதட்டப்படற?”

“எனக்கு ஆஸ்பத்திரினா பிடிக்காதேம்மா. நான் ஆபீசுக்கே புறப்பட்டுப் போறேன்!”

“சரி! உன் இஷ்டம்! மாலை சீக்கிரமே வந்துவிட்டாள்.”

“அம்மா! ராத்திரி நீலகிரி எக்ஸ்பிரஸ்ல நான் ஊட்டி போறேன்!”

“எதுக்கு?”

“ஆபீஸ் வேலையா!”

“பொம்மனாட்டிக்கு என்னடீ ஆபீஸ் வேலை?”

“சம்பளம் தரும்போது ஆம்பிளை பொம்பளை வித்யாசம் என்னம்மா? எந்த யுகத்துல இருக்கே நீ? இந்தா! இந்த மாசச் சம்பளம். பாதிதான் இருக்கு. என் செலவுக்கு மீதியை எடுத்துக்கிட்டேன்!”

காதம்பரி வருவதற்கு முன்பே முழுச் சம்பளத்துக்கும் பட்ஜெட் போட்டு வைத்திருந்தாள்.

மகளை வாய்விட்டுக் கேட்கவும் முடியாது.

“அங்க யார் உனக்குத் துணை?”

“கம்பெனி கெஸ்ட் ஹவுஸ்ல தங்கிப்பேன். துணை எதுக்கு? என்னை யார் என்ன செய்ய முடியும்?”

“சற்று நேரத்தில் புறப்பட்டு விட்டாள்.”

“சென்ட்ரலுக்கு நானும், சுனிலும் வரட்டுமா?”

"எதுக்கு? ஒண்ணு செய். ஊட்டிக்கே வந்துறேன்! ஏம்மா நீ இப்படி இருக்கே?"

காதம்பரி அதற்குமேல் பேசவில்லை.

எட்டு மணிக்கு சுரேகாவை அழைத்துப் போக அந்த ஷ்யாம் வந்துவிட்டான். அவனோடு பைக்கில் ஈஷிக்கொண்டு அவள் போய்விட,

காதம்பரிக்கு எதுவுமே பிடிக்கவில்லை.

கோபாலிடம் அதைக் காட்டிக்கொள்ள அவள் விரும்பவில்லை. மேலும் நாலு நாட்கள் ஓட,

ஒரு கஸ்டமர் சாப்பாடு முடித்துப் புறப்படும்போது,

"என்ன கோபால்! வைதேகி நர்ஸிங்ஹோம்ல உன் பொண்ணு வேலை பார்க்கறாளா?"

"இல்லையே! ஏன்?"

"நேற்றைக்கு காலைல அவளை அங்கே பார்த்தேனே நான்!"

"இருங்..!" பேச வந்த கோபாலை சைகையால் தடுத்தாள் காதம்பரி.

ஆமாம்! சொந்தக்காரி ஒருத்திக்கு குழந்தை பிறந்திருக்கு. உதவிக்குப் போயிருக்கா சுரேகா!"

"அதானே பார்த்தேன்!"

அவர் போய்விட்டார்.

"என்னம்மா இது?"

"தெரியலை. நான் தெரிஞ்சுட்டு வரேன். இதப் பாருங்க! உங்ககிட்ட நான் ஒண்ணு சொல்லணும்!"

"என்ன காதம்பரி"

"நம்ம பொண்ணு சரியில்லை. அவளைப் பற்றின செய்திகள் எதுவானாலும், எந்த ரூபத்துல யார்கிட்டேயிருந்து வந்தாலும் அதை சுலபமா எடுத்துக்கற மனசை நீங்க வளர்த்துக்கணும்!"

"இதை எதுக்கு காதம்பரி என்கிட்ட சொல்ற நீ?"

"இல்லைப்பா! என் மனசு திடமானது. அது எதையும் தாங்கிக்கும். நீங்க குழந்தை மாதிரி. சீக்கிரம் உடைஞ்சு போயிருவீங்க. அதனால சொல்றேன்!"

கோபால் பதில் பேசாமல் அவளையே பார்த்தான்

காதம்பரி காலை வேலைகளை முடித்துக்கொண்டு வெளியே வந்தாள். பஸ் பிடித்து, வைதேகி மருத்துவமனை வாசலில் இறங்க, அவளையும் ஒரு படபடப்பு தொற்றிக் கொண்டது.

வரவேற்பறையை நெருங்கினாள்.

அந்த ஷ்யாம் எதிர்ப்பட்டு, இவளைப் பார்த்து ஆழமாக அதிர்ந்தான்.

"சுரேகா எங்கே?"

"ஆன்ட்டி அவ... அவ வந்து...!"

"அவள் எங்கே?"

அவன் காரிடாரின் கோடியில் இருந்த அறையின் பக்கமாக விரலை நீட்டினான்.

காதம்பரி நடக்க, அவளை அவனும் பின் தொடர்ந்தான். கதவைத் தள்ளிக் கொண்டு காதம்பரி நுழைந்தாள். கட்டிலில் சுரேகா. வாசலில் ஷ்யாம் நின்றுவிட்டான்

அம்மாவை அங்கே எதிர்பாராத சுரேகாவுக்கு ஒரு நொடி மூச்சே நின்றுவிட்டது. ஆனால் உடனே சுதாரித்துக் கொண்டு விட்டாள்.

"வாம்மா!"

காதம்பரி கதவைச் சாத்திவிட்டு வந்தாள்.

"அபார்ஷன் முடிஞ்சாச்சா? இனிமேத்தானா?"

"அம்மா!"

"அப்படி அழைக்க உனக்கு யோக்யதை இருக்கா சுரேகா?"

சுரேகா பேசவில்லை.

“உங்கப்பாவுக்கு இது தெரிஞ்சா, அவர் உயிரே போயிரும்டி. நீ இங்கே இருக்கிறதா தகவல் வந்தப்பவே நான் யூகிச்சிட்டேன். இதுதான் ஊட்டிப் பயணமா? அவரை நான் ஓரளவு தயார்படுத்தி வச்சுட்டுத்தான் வந்திருக்கேன். மனுஷியாடீ நீ?”

“நிறுத்தும்மா! பேசிட்டே போறியே!”

“சுரேகா!”

“நான் ஒண்ணும் கெட்டுப் போயிட்டு, ரெட்லைட் ஏரியாவுக்கு வரலை. ஷ்யாம் என்னைக் கல்யாணம் பண்ணிக்க இப்பக்கூடத் தயாரா இருக்கார்!”

“அவனா?”

“ஆமாம்! ஆனா நான்தான் காரணமா அவசரக் கல்யாணம் வேண்டாம்னு கலைக்கற யோசனையைச் சொன்னேன்!”

“வெகு இயல்பாக அவள் பேசிக்கொண்டே போக, காதம்பரியால் நகரக்கூட முடியவில்லை.”

“அவன் என்ன ஜாதிடீ?”

“மனுஷ ஜாதி!”

“சுரேகா!”

***

14

எங்கும் ஓட்டம் எதிலும் ஓட்டம் நிற்பதற்கு நேரமில்லை! நினைப்பதற்கு நெஞ்சமில்லை! எதையோ பிடிக்க நினைத்து இருப்பதையும் தொலைத்துவிட்டு இன்னமும் நிற்காமல் ஓடிக் கொண்டிருக்கும் இந்தத் தலைமுறையின் பரிதாபம்

சுரேகா - ஷ்யாம் பதிவுத் திருமணம் முடிந்துவிட்டது. முடிந்த கையோடு சுரேகா வந்தாள் வீட்டுக்கு.

ஷ்யாமுக்குச் சொல்லும்படியாக உறவென்று யாரும் இல்லை.

"அப்பா.... நாங்க வீடுகூடப் பார்த்தாச்சு. நாளைக்குப் பால் காய்ச்சப் போறம். நீங்களும் அம்மாவும் வரணும்!"

கோபால் பதில் பேசவில்லை. சுரேகா உள்ளே வந்தாள்.

"அம்மா! உனக்கும், அப்பாவுக்கும் கோபம் இருக்கும். உங்களை நான் குறை சொல்லலை. கோபம் இருந்தா அது நியாயம்தான். ஆனா எனக்கு ஷ்யாமைப் பிடிச்சிருந்தது. கல்யாணம் பண்ணிக்கிட்டேன். என்ன தப்பு?"

காதம்பரி பேசவில்லை.

"ஒரு வகைல உங்களுக்கு நல்லதுதான் செஞ்சிருக்கேன் நான். மெஸ்ல முன்னய மாதிரி இப்ப பிஸினஸ் இல்லை.

அப்பாவுக்கு சுத்தமா முடியல நீ ஒருத்திதான் உழைக்க வேண்டியிருக்கு, தம்பி தலையெடுக்க இன்னும் ஒரு வருஷம் நிச்சயமா ஆகும். இந்த நிலைமைல எனக்கு வரன் பார்த்து, என்னை ஒரு இடத்துல ஒப்படைக்கணும்னா, முடியற காரியமாம்மா?"

"தபாரு சுரேகா! உன் செயலுக்கு நியாயம் தேட எங்க மேல பழியைப் போடாதே! நானும், உன் அப்பாவும் மற்றவர்களால் விரட்டப்பட்டு வீதில நின்னப்ப சோர்ந்து போகலை. இந்த இருபது வருஷத்துக்கும் மேலா போராடிட்டுத்தான் இருக்கம். நான் இப்பவும் சோர்ந்து போயிடலை. உங்கப்பாவையும் சோர்ந்து போக விடலை!"

"அம்மா... நான் சொல்றதை...!"

"இருடி! நாங்களாப் பார்த்து உன்னை நல்ல ஒரு இடத்துல ஒப்படைக்க நிச்சயமா முடியும். எந்தப் பெத்தவங்களும் காசு; பணத்தைக் கையில வச்சுகிட்டு குழந்தை பெத்துக்கறதில்லை. நிச்சயம் நம்ம குழந்தைகளை ஆளாக்குவோம்னு நம்பிக்கைலதான் வாழறாங்க, அப்பவும் சொல்றேன், இப்பவும் சொல்றேன். நம்பிக்கைதான் உசத்தி. அது ஒண்ணு தான் எனக்கு பலம்."

"உன் மேல உங்கப்பா உயிரையே வச்சிருந்தார். எனக்காக எதையும் வெளில காட்டிக்கலை. ஆனா உள்ளுக்குள்ளே உடைஞ்சு போயிருக்கார். சரி இனிமே பேசித்தான் என்ன?"

"காதம்பரி!"

கோபாலின் குரல் கேட்டது.

"தோ வந்துட்டேன்பா!"

கண்களைத் துடைத்துக் கொண்டு காதம்பரி கூடத்துக்கு வந்தாள்.

"சமையல் ரெடி பண்ணு! குழந்தைகள் ரெண்டு பேருக்கும் விருந்து சமையலா செஞ்சு போடு!"

"அங்கிள் அதெல்லாம்...!" ஷ்யாம் குறுக்கிட,

"தடுக்காதீங்க ஷ்யாம். இது அப்பாவோட ஆசை!" சொல்லிவிட்டு அப்பாவை நெருங்கினாள் சுரேகா.

ஷ்யாம் எழுந்தான்.

"நான் வெளில போயிட்டு ஒரு பத்து நிமிஷத்துல வந்துர்றன் சுரேகா!"

"சரி ஷ்யாம்!" அவன் விலகியதும்,

"அப்பா! ஷ்யாம் நல்ல மனிதர். நிச்சயம் எனக்கு நல்ல ஒரு புருஷனா இருப்பார். நீங்க நம்பலாம்பா!"

"நான் ஒண்ணும் கேக்கலையேம்மா உன்னை!"

"நீங்க யாருக்காகவும், எதுக்காகவும் உடம்பை அலட்டிக்கக்கூடாது டாடி. நான் உள்ளூர்லதான் இருக்கேன். உங்களுக்கு ஒரு தலைவலினா தகவல் குடுங்க. உடனே ஓடி வந்திர்றன். இந்த நிமிஷம் ஷ்யாமுக்கு மனைவினு புது உறவு வந்திருக்கலாம். ஆனா எப்பவும் நான் உங்க பொண்ணுதான்பா!"

கோபால் நெகிழ்ந்துவிட்டார்.

சுரேகாவின் கூந்தலை மெல்லத் தடவிக் கொடுத்தார்.

ஷ்யாம் உள்ளே வந்தான்.

அவன் கையில் இனிப்பு வகைகள், பழங்கள் எல்லாம் நிறைய இருந்தன.

"ஆன்ட்டி! இதைப் பிடிங்க. வரும்போதே நான் வாங்கிட்டுப் போகலாம்னுதான் சொன்னேன். எப்படி எங்கம்மா நம்மை ரிசீவ் பண்ணுவாங்கனு சொல்ல முடியாது. அதனால காத்திருங்கனு சுரேகா தான் சொன்னா."

காதம்பரி விருந்து சமைத்தாள்.

இருவரும் சாப்பிட்டார்கள். ஷ்யாம் கலகலப்பாகப் பழகத் தொடங்கிவிட்டான். கோபால் கலந்து கொண்ட அளவுக்கு காதம்பரியால் முடியவில்லை.

இருவரும் புறப்படும் சமயம் வந்தது.

"நாளைக்கு பால் காய்ச்சறம். வர்றிங்களாப்பா?"

"பாக்கலாம்மா. முடிஞ்சா வர்றம். இல்லைனா, நீங்க ரெண்டுபேரும் குடித்தனம் போன பின்னால், நானும் அம்மாவும் வர்றம்."

தாம்பூலத்தில் அவளுக்கு சேலை, ரவிக்கையும், ஷ்யாமுக்கு ஒரு வேட்டி அதன்மேல் நூறு ரூபாய் பணம் எல்லாம் வைத்துத் தந்தாள் காதம்பரி.

இருவரும் நமஸ்கரித்தார்கள்.

புறப்பட்டுப் போய்விட்டார்கள்.

"அந்த ஷ்யாம் நல்ல பையனா இருக்கான் காதம்பரி!"

"ம்..."

"மோசமான ஒருத்தனை நம்ம பொண்ணு தேர்ந்தெடுக்கலை!"

"இவளை விட்டா அவனுக்கும் யாருமில்லை. ரெண்டு பேரும் சம்பாதிக்கறாங்க. அதனால கஷ்டப்பட மாட்டாங்க!"

காதம்பரி பேசவில்லை.

"நான் பேசிட்டே இருக்கேன். நீ எதுவுமே சொல்லலையே!"

"என்னப்பா சொல்லணும்?"

"தப்பு காதம்பரி! நீ கோபத்தை விடணும். உன் மனப்போக்கைக் கொஞ்சம் மாற்றிக்கணும். உன் மகள், தன் விருப்பத்துக்கு வாழ்க்கையைத் தேர்ந்தெடுத்தது உனக்குப் பிடிக்கலை. உன் சிந்தனை தப்புனு நான் சொல்லலை. நடக்கறதுக்கு முன்னால எதையும் தடுக்கலாம். நடந்தாச்சுனா, அதை ஏத்துக்கற அளவுக்கு மனசைத் தயார்படுத்திக்க வேண்டாமா? உனக்குள்ள தெளிவும், விவேகமும் எனக்கில்லை. எந்த ஒரு சிக்கலான சமயத்திலும் என்னை வழி நடத்தினவள் நீ. உறவுகள் கை விட்டப்ப, உடைஞ்சு போகாம, உருக்குலையாம உயர்ந்து நின்னவள் நீ. இப்ப என்னாச்சு?"

காதம்பரியின் கண்கள் தளும்பியது.

"அழறியாம்மா?"

சட்டென சிரித்தாள். புடவைத் தலைப்பால் கண்களைத் துடைத்துக் கொண்டாள்.

"பெத்தவள்னு வந்தப்ப, ஜீரணிக்க முடியலை உன்னால!"

"ம்..!"

"விடம்மா! எப்படியோ நம்ம குழந்தை நல்லாருப்பா. உங்களுக்கு ஒரு தலைவலினா சொல்லுங்கப்பா ஓடி வந்துடுவேன் நான்னு சொல்லியிருக்கா! அவள் உன் மகளாச்சே! தனிச்சு நின்னு போராடற தன்னம்பிக்கை அவளுக்கு அதிகம். உன்கிட்டே உள்ள சில வேல்யுஸ் அவகிட்ட இல்லாம இருக்கலாம். அனுபவத்துல வயசு கூடக்கூட அதெல்லாம் தன்னால் வரும்! நீ தளர்ந்துடக் கூடாது காதம்பரி! என்னால தாங்கிக்க முடியாது!"

"இல்லைப்பா!"

ஏறத்தாழ நாலுமாத காலம் ஓடிவிட்டது. சுனிலுக்கு அது கடைசி வருஷம். இன்ஜினியரிங் முடித்து விட்டால், வேலை கிடைக்க வேண்டும்.

சுனில் நன்றாகப் படித்துக் கொண்டிருந்தான்.

பேராசிரியர்கள், ப்ராஜக்ட் செய்யும்போது சில கம்பெனிகளின் தொடர்பு என்று இப்போதே தன்னை பெரிய எல்லைகளில் வளர்த்துக்கொள்ளத் தொடங்கியிருந்தான்.

தான், தன் படிப்பு, எதிர்காலம் இதைத் தவிர வேறு எந்த சிந்தனையும் அவனுக்கு இல்லை.

சுரேகா, ஷ்யாமைக் கல்யாணம் செய்து கொண்டாள் என்று அம்மா சொன்னதும், "அப்படியா" என்றான் வெகு சாதாரணமாக.

அது அவனை பாதிக்கவில்லை. காதம்பரிக்கே ஆச்சர்யம். வாய்விட்டே கேட்டு விட்டாள்.

"உனக்கு இது அதிர்ச்சியா இல்லையா சுனில்?"

"எதுக்கம்மா அதிர்ச்சி?"

"நீயும் இதை நியாயம்னு சொல்றியா?"

"நான் யாரு இதைப் பற்றி விமர்சிக்க?"

"என்னடா பேசற? அவளுக்கு நீ தம்பிடா! அவளோட வாழ்க்கை முறையை விமர்சிக்க உனக்கு உரிமை இல்லையா?"

"என்னம்மா லாபம் அதுல?"

"சுனில்!"

"நீயும், நானும் வேண்டாம்னு சொல்லிட்டா இனிமே ஷ்யாமை அவளால விட்ற முடியுமா? இல்லை, நம்ம ஆலோசனைப்படி இனிமே அவளால குடித்தனம் நடத்த முடியுமா? லீவிட்! அவளோட செயல்பாட்டுல அவளுக்கு நம்பிக்கை இருக்கு. அதுல தலையிட யாருக்கும் உரிமை இல்லை!"

"சுனில்!"

"த பாரும்மா! நான் படிக்கணும். நல்ல உத்யோகம் பாக்கணும். எனக்கு என் எதிர்காலம் முக்கியம். சுரேகா பற்றி நான் கவலைப்பட்டுட்டு இருந்தா, எனக்கு யாரு சோறு போடறது?"

காதம்பரி அதிர்ந்துபோனாள்.

தன் எதிர்காலம் பற்றி அவன் கொண்டிருந்த சிந்தனையும், நம்பிக்கைகளும் சந்தோஷப்படுத்தினாலும், இன்னொரு வகையில் அவனும் பயப்படுத்தினான்.

இன்று அக்காவுக்கு வந்த பதில்தானே, நாளைக்கு அப்பா, அம்மாவுக்கும் வரும்.

"ஏன்?"

"ஏன் இந்தத் தலைமுறை இத்தனை சுயநலத்துடன் செயல்படுகிறது?"

"இந்த வாழ்க்கை முறை, உருவாகக் காரணமான பெரியவர்களின் தியாகம், இதெல்லாம் இவர்களை பாதிக்கவில்லையா?"

"நாங்களும் சுயநலமாக வாழ நினைத்திருந்தால், இவர்கள் எங்கே இருப்பார்கள்?"

“ஏன் அந்த சிந்தனை வரவில்லை. இவர்களுக்கு?”

“ஆயிற்று!”

சுனிலுக்கு பரீட்சைக்கு ஒரு மாதமே இருந்தது. அதிதீவிரமாகப் படித்துக் கொண்டிருந்தான்.

கோபாலுக்கு நோயின் தாக்கம் கூடத் தொடங்கியிருந்தது.

மெஸ்ஸை காதம்பரி ஒருத்தியால் சரியாக நிர்வகிக்க முடியவில்லை. சுனிலின் தேர்வுகள் முடியும்வரை இழுத்துப் பிடிக்க வேண்டும் என்று கஷ்டப்பட்டாள்.

அந்த தாமு அன்று சாப்பிட வந்திருந்தார்.

“என்ன கோபால் உன் மாப்ளைப் பையனுக்கு உத்யோகம் இல்லையா?”

“யார் சொன்னது? சேல்ஸ் எக்ஸிக்யுட்டிவா இருக்காரே!”

“இருந்தாரேனு சொல்லு. ஏதோ விவகாரம் கம்பெனிலனு இவனை வேலையவிட்டு நீக்கிட்டதா கேள்விப்பட்டேன். சுரேகா இங்கே வர்றதேயில்லையா?”

“வருவாளே! நாலு நாள் முன்னாலகூட வந்தாளே! எதுவும் சொல்லலையே!”

“வேலையவிட்டு நீக்கி ரெண்டு மாசமாச்சு! எனக்கு ஆதாரபூர்வமான தகவல்!”

தாமு போய்விட்டார்.

ஆயிரத்து இருநூறு ரூபாயில் வீடு எடுத்திருந்தார்கள். ஓரளவு வசதியான வாழ்க்கை. இத்தனையும் ரெண்டு சம்பளத்தில்.

“ஷ்யாமுக்கு வேலை இல்லையா?”

“தாமுவின் தகவல் தப்பாக இருக்கக்கூடும். சுரேகா சொல்லாமலா இருப்பாள்?”

அந்த வாரக் கடைசியில் சுரேகா வந்தாள்.

“என்னப்பா முடியலையா? மறுபடியும் மூச்சுத் திணறலா? டாக்டர்கிட்டப் போனிங்களா?”

“போயிட்டுத்தான் இருக்கம். ஏம்மா, ஷ்யாமுக்கு இப்ப வேலை இல்லையா?”

“யார் சொன்னது?”

“தாமுதான். நிஜமா அது?”

சுரேகா ஓரிரு நிமிடங்கள் மௌனமாக இருந்தாள்.

“ஆமாம்?”

“எத்தனை நாளா?”

“ரெண்டு மாசமா.”

“உன் சம்பளத்துல குடித்தனம் நடத்த முடியுதா? ஏண்டீ இதை எங்ககிட்ட சொல்லலை?”

“சொல்லி என்னம்மா ஆகணும்?”

“என்னடீ பேசற நீ? எங்களைக் கேட்காம நீ வாழ்க்கையைத் தேர்ந்தெடுத்தாலும், நாங்க உன்னைப் பெத்தவங்க இல்லைனு ஆயிடுமா?”

“நீ குத்திக் காட்டறியாம்மா?”

“அந்த உரிமையும் பெத்தவளுக்கு உண்டுடி!”

“காதம்பரி!” கோபாலின் குரல் உயர்ந்தது

“விடுங்கப்பா! உங்களுக்குள்ள விவகாரம் வேண்டாம். ஏற்கனவே இந்த வீட்ல பணக் கஷ்டம், என் பிரச்னைகளுக்காகவும் நீங்க ரெண்டுபேரும் கவலைப்பட வேண்டாம்னுதான் சொல்லலை!”

கோபால் அருகில் வந்தார்.

“எப்படீம்மா சமாளிக்கற?”

தோளைக் குலுக்கிச் சிரித்தாள் சுரேகா”

“வாழ்க்கைனா எல்லாம் தான்பா. நான் பயப்படலை!”

"ரெண்டு பேரும் அந்த வீட்டைக் காலி பண்ணிட்டு எங்களோட வந்துருங்கம்மா. வாடகை லாபமாகும் இல்லையா?"

அப்பாவைப் பார்த்து கனிவுடன் சிரித்தாள்.

"வேணாம்பா. அவனவன் பிரச்னைகளை அடுத்தவன் மேல திணிக்கக்கூடாது. நான் இங்கே சுதந்திரமா இருக்கலாம். காரணம் எனக்கிது பிறந்த வீடு. ஷ்யாமுக்கு ஏற்கனவே ஒரு குற்ற உணர்ச்சி இருக்கு. அவரால் எப்படிப்பா இந்த வீட்ல வந்து தங்க முடியும்?"

"சுரேகா...!"

"நான் காதலிச்சுத்தான் ஷ்யாமைக் கல்யாணம் பண்ணிக்கிட்டேன், அதனால நல்லதோ, கெட்டதோ, விளைவுகளை நான்தான் சந்திக்கணும். அம்மா படாத கஷ்டங்களையா நான் பட்டுறப் போறேன்! எனக்கு வேலைனு ஒண்ணு இருக்கேப்பா!"

சுரேகா உள்ளே வந்தாள்.

"மெஸ்ல அதிகமா நான் உழைக்கறேன். மாசம் 2 நூறு ரூபா நான் தரட்டுமா உனக்கு?"

"எதுக்கம்மா! என் சம்பளம் எங்க ரெண்டுபேருக்குப் போதும். நீ கவலைப்படாதே! சுனில் தலையெடுக்கற வரைக்கும் உன்பாடே திண்டாட்டம். அவனோட படிப்புச் செலவு, அப்பாவோட மருத்துவச் செலவு ரெண்டையும் சமாளிச்சிட்டு நீ குடித்தனம் நடத்தறது உலக அதிசயம்!"

காதம்பரியின் கண்கள் தளும்பியது.

"ஏம்மா அழற?"

"எனக்கு பெரியவங்க பார்த்துப் பண்ணி வச்சாங்க. உனக்குக் காதல் கல்யாணம். அவ்ளோதான் வித்யாசம். மற்றபடி போராட்டம் ஒரே மாதிரித்தான் இருக்கு. நீ உழைச்சாத்தான் உட்கார்ந்து சாப்பிட முடியும்ங்கற நிலை வந்திருக்க வேண்டாம்!"

"பரவால்லமா என் நம்பிக்கைகளைப் பார்த்து ஓரோர் சமயம் நீயே கோவப்பட்டதுண்டு. இப்ப அதுலதான் நான் நின்னுட்டு

இருக்கேன். நீயும் நிக்கற, எல்லாரும் நிற்க முடியும். அய்யோ முடியுமானு நினைச்சா, நிச்சயம் தளர்ச்சி வந்துடும். ஹா... இவ்ளோ தானானு பார்த்துட்டா, தைரியம் வராதா?"

மகளைப் பார்த்து ஆச்சர்யப்பட்டாள் காதம்பரி.

இருபது வருடங்களுக்கு முன்னால் இருந்த தான், "மறு ஜன்மம் எடுத்து மகளாக வந்தது போலிருந்தது."

எதற்கும் பயப்படாமல் கோபாலையும் தேற்றி, உற்சாகப்படுத்தி, தானும் வாழ்ந்து...அந்த தைரியம் தான் இம்மியளவும் குறையாமல் என் மகளுக்கு வந்திருக்கிறது.

"நான் புறப்படறேம்மா!"

"சாப்டுட்டு போடீ!"

"நேரமில்லைமா! காலைல ஏதோ பண்ணி வச்சிட்டு வந்தேன். அவர் வீட்லதான் இருப்பார். இனிமே போய் ராத்திரிக்கு சமைக்கனும், அப்பா, நான் போயிட்டு வர்றேன். உடம்பைப் பார்த்துக்கோ!"

சுரேகா போய்விட்டாள்.

கோபாலின் முகத்தில் இந்த ஒரு மணி நேரத்தில் பத்து வருடத்து முதுமை கூடிப் போயிருந்தது.

"காதம்பரி!"

"என்னப்பா?"

"உன் மகளுக்கும் உன்னைப்போல தலையெழுத்து!"

"தப்பில்லை அதுல? நீங்களும், நானும் எதுல குறைஞ்சு போயிட்டம்?"

"என்னைப் போல நம்ம மாப்ளையும் ஒரு தண்டம்!"

"ப்சூ! என்ன பேசறீங்க? இங்கே யாருமே தண்டமில்லை. சிலசமயம் மனுஷனை விதி ஆட்டி வைக்கும்போது அவன்

முடங்கிப் போகத்தான் வேண்டியிருக்கு. ஆதரவும், உற்சாகமும் தர இன்னொரு ஜீவன் கூடவே இருந்துட்டா என்னப்பா கஷ்டம்?"

"எனக்கு ஒண்ணு புரியல காதம்பரி!"

"என்னா?"

"எத்தனையோ பெண்கள், புருஷன் கொண்டு வர்ற பணத்தையும் வச்சிட்டு, அவனையே ஆட்டிப் படைச்சு அதிகாரம் பண்ணிட்டு குடித்தனம் பண்றதில்லையா? அந்த யோகமெல்லாம் ஒரு சிலருக்குத்தானா? நீ, உன் மகள் எல்லாம் உழைக்கப் பிறந்தவங்களா?"

காதம்பரி சிரித்தாள்.

"ஏன் காதம்பரி?"

"பெண் வேலைக்குப் போகணும்னு எப்ப வாசல்ல காலை வச்சாளோ. அன்னிக்கே அவளோட அமைதி தொலைஞ்சாச்சு."

"காதம்பரி!"

"ஆமாம்பா! நமக்கும் பொருளாதார சுதந்திரம் வேணும்னுதான் ஒவ்வொரு பெண்ணும் வேலைக்குப் போறா. ஆனா அவளோட சுமை உத்யோகத்தால் குறையலை. கூடித்தான் போயிருக்கு. பல இடங்கள்ள முக்கிய வருமானமே பெண்தான்னு ஆயாச்சு"

"அது நிஜம்தான். மனைவினு ஒருத்தி வர்றதுக்கு முன்னாலேயே, தீர்மானிக்கப்பட்ட நாள் முதலே அவளோட சம்பளத்தையும் சேர்த்து குடும்பச் செலவுல கமிட் பண்ற ஆண்களோட எண்ணிக்கை இங்கே பெருகிப்போச்சு."

"நான் ஆண்களைக் குறை சொல்லலைப்பா!"

"நான் அந்த அர்த்தத்தில் பேசலை காதம்பரி தேவைகள் பெருகிப்போச்சு. முன்னெல்லாம் புருஷன் மட்டும் சம்பாரிச்சான். குழந்தைகளும் கூடுதலா இருந்த காலம். குடும்பமும் கூட்டுக் குடும்பம். அப்பவும் யாரும் பட்டினி கிடக்கலை. பசியால்

வாடலை. ஆனா இப்ப ரெண்டு வருமானம், தனிக் குடும்பம். அதிகபட்சம் ரெண்டு குழந்தைகள்.... ஆனா பற்றாக்குறை! ஏன்?"

"ஆசைகளும் தேவைகளும் அதிகமாப் போச்சு, செக்யூரிட்டி வேணும்னு அலையற மனசு... எது பாதுகாப்புனு எனக்கே புரியல. சொந்தமா வீடும், கொஞ்சம் வங்கிக் கணக்கும் வேணும். அதுக்காக எதை வேணும்னா விலையாத் தர பெண்கள் தயாரா இருக்காங்க. கணவர்களுக்கும் வெக்கமில்ல. யார் நடத்தினா என்ன? குடும்பம் நடந்தா சரினு ஒரு மனப்பான்மை வந்தாச்சு!"

"நானே இப்ப அப்படித்தானே இருக்கேன்!"

"உங்களை ஏன் இதுலே இழுக்கணும்? நீங்க உழைக்கத் தயங்கலை. ஒருநாள்கூட சோம்பேறித்தனமா சாப்பிடலை!"

"இப்ப என்னால என்னம்மா உபயோகம்?"

"நோய் வந்துட்டா, யாரால தான் உபயோகம்? பாருங்கப்பா! மனசைப் போட்டு அலட்டிக்காதிங்க. நீங்க உட்கார்ந்த நிலைல என்னை வழி நடத்துங்க அது போதும் எனக்கு."

மேலும் இரண்டு மாதங்கள் ஓட, சுனிலுக்குத் தேர்வுகள் தொடங்கிவிட்டன, கடைசித் தேர்வு நடக்கும்போதே ஓரிரு கம்பெனிகளுக்கு அவன் விண்ணபித்து விட்டான். பரிட்சை முடிந்தும் படித்துக் கொண்டிருந்தான்.

ஏதாவது உத்தியோக சம்பந்தமான தேர்வாக இருக்கலாம் என்று காதம்பரி கேட்கவில்லை.

தாமு வந்தார்.

அவர் வந்தாலே காதம்பரிக்குக் கலக்கும்.

சுரேகா பற்றின தப்பான செய்தி இருந்தால் தான் தாமு வருவார். இப்போதும் இருந்தது.

"பொண்ணு வந்துட்டுத்தான் இருக்காளா?"

காதம்பரிக்கு எரிச்சல் வந்தது.

"பிறந்த வீட்டுக்கு அவ வராம இருப்பாளா?"

"அதில்லம்மா! ஏதாவது சொன்னாளா?"

"புரியல"

"மாப்ள நல்லா தண்ணி போடறார். வேலையும் கிடையாது. பெண்டாட்டி உழைப்புல உட்கார்ந்து சாப்பிடணும். மன உளைச்சல். தாங்கலை. எந்தநேரமும் தீர்த்த யாத்திரை தான்!"

கோபாலின் கண்களில் அதிர்ச்சி தெரிந்தது.

காதம்பரி பேசவில்லை.

"கோபால்! ஒண்ணு மட்டும் நான் சொல்றேன், உன் மாப்பிள்ளையைச் சொல்லி ஒருவிதத்தில் குற்றமில்லை!"

"ஏன்?"

"இப்பவும் உன் பொண்ணு தன் போக்கை மாத்திக்கல. ஒவ்வொரு நாளைக்கு ஒவ்வொருத்தன் கூட வந்து வண்டில இறங்கறா. நட்புனு சொல்லிட்டு பலபேர் வீட்டுக்கு வர்றாங்க. நாகரீக சமூகத்துல இதெல்லாம் தப்பில்லைனு வாதாடலாம். அவனே காதலிக்கும்போது இதையெல்லாம் ஆதரிச்சிருப்பான். ஆனா புருஷனா மாறின பின்னால், அதுவும் தண்டச்சோறுனு ஆனப்புறம், எல்லாமே விகாரமாத்தான் படும். பொண்டாட்டியைவிட்டா நாதியில்ல. அவளைக் கண்டிக்க முடியாது. அதுக்காக எல்லாத்தையும் சகிச்சுக்கவும் முடியாது. எடு புட்டியை!"

"தாமு நீங்க புறப்படறீங்களா?"

ஏம்மா?

"இல்லை! அவர் மருந்து சாப்ட்டு ஓய்வெடுக்கணும்!"

"நான் சொன்னது பிடிக்கலை உங்களுக்கு!"

"சரி அப்படியே இருக்கட்டும்!"

"நான் வர்றது உங்களுக்குப் பிடிக்கலை!"

"ஆமாம் தாமு!"

"என்னம்மா சொல்ற நீ? நான் நடக்கறதைச் சொல்றேன். பொய் இல்ல இதுலே!"

"ஊர் ரெண்டுபட்டா கூத்தாடிக்குக் குஷிதான் தாமு. நீங்க புறப்படலாமே!"

"உங்க பெண்ணைக் கண்டிச்சு..."

"போடா வெளியே!"

அந்த தாமு மிரண்டு போக

முகத்தில் கதவைச் சாத்தினாள் காதம்பரி.

"அவனைக் கோவப்பட்டு என்னம்மா லாபம்?"

"இல்லப்பா! நடக்கறதெல்லாம் நியாயம்னு நான் சொல்லலை. ஏற்கனவே முடியாதவர் நீங்க. உங்க நிம்மதியைக் குலைக்கனும்னு வந்துட்டுப் போறான் அந்த தாமு ராஸ்கல்...!"

"அவன் குலைச்சுத்தான் என் நிம்மதி குலையணுமா காதம்பரி?"

"விடுங்கப்பா! நான் ஒண்ணுமட்டும் சொல்றேன். பெரியவங்களை மீறிட்டுப் போனா, என்ன விளைவுனு இப்ப நம்ம பொண்ணு உணர்ந்திருப்பா!"

"காதம்பரி!"

"அவ வந்தாலும் நீங்க ஏதுவும் கேட்டுக்க வேண்டாம். நம்ம சாப்பிடற அரிசில நம்ம பேர் எழுதியிருக்கும். அதை நாமதான் தின்னு தீர்க்கணும்னு சொல்லுவாங்க! இதுக்குமேல நான் என்ன சொல்றது?"

மறுநாள் சுரேகா வந்தாள்.

கோபால் பொறுக்க முடியாமல் கேட்டேவிட்டார்.

"மாப்ளை எப்பவும் குடிக்கறதாத் தகவல் வந்ததும்மா!"

"ஆமாம்பா!"

"என்னடீ நீ இத்தனை சாதாரணமா சொல்றே இதை?"

"நான் என்னம்மா செய்ய முடியும்? இது தப்பு, வேண்டாம்னு நாலு தடவை நல்ல விதமாச் சொல்லலாம். கொஞ்சம் கோபமா, கண்டிப்பாவும் சொல்லிப் பார்த்தாச்சு. மனசுல அமைதி இல்லையாம். குடிச்சா வந்துருமா? வேலைகூடத்தான் இல்லை. குடிச்சா. கிடைச்சிடுமா? விடுங்கப்பா!"

"அம்மாடீ! உன் ஆபீஸ் சப்பந்தப்பட்ட ஆண் நண்பர்களை நீ குறைச்சுக்கக் கூடாதா? அது ஒருவேளை அவரை உறுத்துதோ, என்னவோ?"

"அப்பா... நான் என்ன விபச்சாரமா நடத்தறேன்? நாலு பேர் நட்பு எனக்கு வேணும்பா. அதை ஆபாசமா என் புருஷனே விமர்சனம் பண்ணினாலும், ஐ டோண்ட் கேர். என்னைப் பற்றி உங்க ரெண்டு பேருக்கும் தெரியும். ஷ்யாம் தானா திருந்தினா சந்தோஷம். இல்லைனா கட்டின தோஷத்துக்காக, என்கூட இருக்கட்டும். என்னை நான் மாற்றிக்க முடியாதுப்பா! நான் அவர் தயவுல இல்லை. அவர் தான் என் தயவுல இருக்கார்!"

காதம்பரி அதிர்ந்து போனாள்.

"இவள் தவறான பெண் அல்ல. ஆனால் எந்த ஒரு சூழ்நிலையிலும் தன்னை நியாயப்படுத்திக் கொள்ளத் தெரிந்த புத்திசாலி. பிறரை எதற்கும் நாடாத துணிச்சல் நிறைந்த பெண்!"

சுரேகா போய்விட்டாள்.

சுனில் அன்றிரவு ஏதோ புத்தகம் வாங்க வேண்டும் என்று ஸ்னேகிதன் வீட்டுக்குப் போய்விட்டான்.

இரவு வேலைகளை முடித்துக்கொண்டு காதம்பரி படுக்கைக்கு வர மணி பத்தரை.

கோபால் உட்கார்ந்திருந்தான்.

"தூங்கலையாப்பா?"

"இல்லைமா! உன்கிட்ட நான் கொஞ்சம் பேசணும்!"

"சொல்லுங்க!"

"நீ வாழற காலம் வரைக்கும் நான் வாழப் போறதில்லை காதம்பரி!"

"ஏன் இப்படியெல்லாம் சொல்றீங்க?"

"என்னைப் பெத்தவங்க, உடன் பிறப்புகள் எல்லாருக்கும் சுயநலம்... நான் பெற்ற பிள்ளைகளும் அப்படித்தான். யாரும் என்னைப்பற்றி நினைக்கலை. பாசம் காட்டலை, உன்னைத் தவிர!"

".....!"

"என்னைப் பற்றி அதிகமா உருகி, எனக்காகவே வாழ்ந்தவள் இந்த பூமில நீ ஒருத்தியாத்தான் இருக்க முடியும். நீ தனியொரு பெண்ணா இருந்திருந்தா, உன் அறிவுக்கும், உழைக்கத் தயங்காத உன்னதமான மனசுக்கும் நீ எங்கேயோ இருந்திருக்கலாம். ஆனா இல்லை!"

"போதும்பா! நான் ஏதாவது தப்பா உங்ககிட்டப் பேசியிருக்கேனா?"

"இல்லைமா! என்னைப் பேச விடு, ப்ளீஸ்!"

"சரி! சொல்லுங்க!"

"இந்த கோபாலுக்கு மனைவியான ஒரே காரணத்தால் சகலமும் இழந்து ஒரு பெரிய பூஜ்யமா நிக்கற பெண் நீ!"

தன் தாலியை எடுத்துக் காட்டினாள் காதம்பரி.

"இது மற்ற எல்லாத்தையும்விட உசத்திப்பா!"

"அதுவும் அதிக நாள் உனக்கு நிலைக்கப் போறதில்லை காதம்பரி!"

"என்ன பேசறீங்க?" அலறிவிட்டாள்.

"என் உள் மனசுக்கு தெரிஞ்சு உண்மையை எப்படீம்மா நான் சொல்லாம இருக்க முடியும்?"

அவன் வாயை தன் விரல்களால் பொத்தினாள் காதம்பரி.

“உதடுகளை மூடிட்டா, உண்மையையும் மூடிட முடியுமா காதம்பரி?”

“ப்ளீஸ், பேசாம இருங்கப்பா!”

“எனக்கு என்ன வருத்தம்னா, உனக்கும் சின்ன வயசு இல்லை. இப்பவும் உன் மனசுல திடம் இருக்கலாம். ஆனா உடம்புல அது நிச்சயமா இருக்க முடியாது. பழைய காதம்பரி இல்ல நீ! உழைச்சு உழைச்சு உருக்குலைஞ்சாச்சு. ஏதோ ஒரு நம்பிக்கைல நீ ஓடிட்டுருக்கே! எத்தனை நாளைக்கு இந்த ஓட்டம்? நாளைக்கும் நிலவு வரும்னு நம்பிக்கை இன்னும் ஏன்? சொல்லும்மா!”

அவர் அருகில் வந்து அமர்ந்து கொண்டாள்.

தன் மார்பில் கோபாலைச் சரித்துக்கொண்டாள்.

“நாளைக்கும் நிலவு வரும்னு நம்பிக்கை எப்பவும் எனக்கு உண்டு. உங்களுக்கும் அது இருக்கணும். இருக்கும். என்ன நேர்ந்து போச்சு? உறவுகள்னு வந்தப்ப ஆரம்ப காலத்துல நீங்க வச்ச நம்பிக்கைகள் கொஞ்சமில்லை. அத்தனையும் பொய்யானப்ப செத்தா போயிட்டம்? நல்லதே நடக்கும்னு நம்புவம். சுனில் படிப்பை முடிச்சாச்சு. இத்தனை நாள் உழைச்சது வீண் போகலை. அவன் பிரமாதமா எழுதியிருக்கான். சீக்கிரம் அவனுக்கு வேலை கிடைக்கும். நமக்கும் வெளிச்சம் வரும்!”

“வருமா காதம்பரி?”

நிச்சயமா வரும்பா. தூங்குங்க!”

அவளை இறுக அணைத்துக் கொண்டார் கோபால்..

“காதம்பரி!”

“என்னப்பா?”

“நீ என் பக்கத்துல எப்பவும் இருந்தா, எனக்கொரு தைரியம். நான் ஆண் பிள்ளையா இருக்கலாம். ஆனா மனசளவுல கோழை நான்னு மட்டுமில்லை... இங்கே பல ஆண்களோட

நிலை அதுதான். நல்ல ஒரு மனைவி அமைஞ்சிட்டா வாழ்க்கை சொர்க்கம்னு சொல்லுவாங்க. அந்த வகைல பார்த்தா, சொர்க்கத்துல முதல் இடம் எனக்குத்தான் காதம்பரி!"

காதம்பரிக்குக் கவலையாக இருந்தது.

அதிகம் பேசாத கோபால், அளவுக்கு மீறிப் பேசுவது பயத்தை உண்டக்கியது.

"போதும்பா! உடம்பை அலட்டிக்கக் கூடாது நீங்க!"

"பேசணும்னு தோணினா, பேசிரணும்மா. அப்புறம் பேசவே முடியாம போயிட்டா?"

காதம்பரிக்கு வயிற்றைக் கலக்கியது.

எதுவும் சொல்லவில்லை.

நள்ளிரவு பன்னிரண்டு மணிவரை கோபால் ஏதேதோ பேசிக்கொண்டே இருந்தான். அதன்பிறகு எப்போது உறங்கினான் என்று தெரியவில்லை. தன்னை இறுகப் பிடித்தபடி தன் மாரின்மேல் தலை வைத்து உறங்கும் கணவனை விலக்காமல் பின்னிரவுவரை உறங்காமல் கிடந்தாள் காதம்பரி.

பிறகு உறங்கிப்போனாள்.

காலையில் வெயில் முகத்தில் அறைந்தது,

வாரிச் சுருட்டிக் கொண்டு எழுந்தாள் காதம்பரி. தன் மாரின்மேல் இருந்த கோபாலின் முகத்தை மெல்ல விலக்க,

வழக்கமான அவனது உடம்புச் சூடு குறைந்து போயிருந்தது. அளவுக்கு மீறி கோபாலின் தலை பாரமாக இருந்தது

"என்னங்க! விடிஞ்சாச்சு! எழுந்திருங்க!"

பதில் இல்லை!

"என்னங்க!" தான் விலகிக்கொண்டு அவனது தலையைத் தலைகாணியில் வைக்க, அது சரிந்தது.

காதம்பரிக்குள் மின்சாரம் ஓடியது.

"என்னங்க!"

அவன் முகத்தைப் பிடித்து உலுக்கினாள்.

"நல்ல மனைவி அமைஞ்சிட்டா வாழ்க்கை சொர்க்கம் அந்த வகைல சொர்க்கத்துல முதல் இடம் எனக்குத் தான்!"

கோபால் சொர்க்கத்தை விரும்பி விட்டான். காதம்பரி கதறிக்கதறி அழத் தொடங்கினாள்.

***

15

கால்கள் முறிந்து விட்டன கண்களும் குருடாகி விட்டன பாதை தெரியவில்லை பயணமும் புரியவில்லை இன்றோடு எல்லாம் முடிந்து விட்டன நாளை என்ற கேள்விக்கே இனி இடமில்லை அப்படியும் நம்பிக்கை நாளைக்கும் நிலவு வரும்

கோபால் போய்விட்டான். காதம்பரி அழுது ஓய்ந்து விட்டாள். ஒருமாதிரி மரத்துப் போய்விட்டாள்.

சுனில், தகப்பன் என்பதால் கொஞ்சநேரம் அழுதான். அதுவும் அதிக நேரம் நீடிக்கவில்லை. சுரேகா இருக்கும் வீட்டுக்குப் பக்கத்து வீட்டில் டெலிபோன் இருந்ததால் சுனில் தகவல் தந்தான்.

சுரேகா, ஷ்யாம் இருவரும் பதினைந்து நிமிடங்களில் வந்துவிட்டார்கள்.

உறவுகாரர்களுக்கு, நண்பர்களுக்கு எல்லாம் சொல்லியாகிவிட்டது.

பிற்பகல் மூன்று மணிக்குள் காதம்பரியின் அண்ணன் சங்கர் உட்பட அத்தனைபேரும் வந்து விட்டார்கள்.

யார் பண உதவி செய்தார்கள்... என்னவெல்லாம் ஏற்பாடுகள் என்றெல்லாம் காதம்பரிக்குத் தெரியவில்லை.

வேலை மளமளவென நடந்தது.

கோபாலும், அவளுமாக ஒருமுறை கண் தானத்துக்காக எழுதி வைத்திருந்தது சட்டென அவளுக்கு நினைவுக்கு வர, மகனை அழைத்து விவரம் சொன்னாள்.

“இப்ப செய்யணுமாம்மா?”

“கண்டிப்பா சுனில். அது அவரோட ஆசை. சீக்கிரம் சம்பந்தப்பட்டவங்களுக்குத் தகவல் அனுப்பு!”

“சரிம்மா!”

அரைமணி நேரத்தில் டாக்டர்கள் வந்து விட்டார்கள்.

கோபாலின் விழிகள் அகற்றப்பட்டன. இமைகள் மூடப்பட்டது. அவர்கள் நன்றி சொல்லிப் போய் விட்டார்கள்.

இறுதி சடங்குகள் தொடங்கிவிட்டன.

ஆரம்பத்தில் அழுது ஓய்ந்துவிட்ட காதம்பரி ஒருமாதிரி மரத்தே போயிருந்தாள்.

இருக்கும்போது உதவாத நாய்கள், கோபாலைக் கண்டபடி பேசிய கயவர் கூட்டம் இப்போது கோபாலின் அருமை பெருமைகளைப் பேசி அரிதாரம் பூசாமலேயே ஆடிக்கொண்டிருந்தது.

காதம்பரி காதில் சகலமும் விழுந்தது.

கோபாலின் உடல் பாடையில் ஏற்றப்பட்டது.

வாய்க்கரிசி போடுதல் போன்ற இறுதிநேரச் சடங்குகள் நிறைவேற்றப்பட்டன.

சவ ஊர்வலம் புறப்பட்டுவிட்டது. தீச்சட்டி ஏந்தி சுனில் முன்னால் நடந்தான்.

வீட்டுப் பெண்கள் குளிக்கத் தொடங்கிவிட்டார்கள்.

வீடு கழுவும் பணி தொடங்கிவிட்டது. காதம்பரி எந்திரமாக இயங்கிக் கொண்டிருந்தாள். பதினாறு நாள் காரியமும் திரும்பிப் பார்ப்பதற்குள் நடந்து முடிந்துவிட்டன. உறவு கூட்டமெல்லாம் விலகி வீடு ஓய்ந்துவிட்டது.

“அம்மா!”

“என்ன சுரேகா?”

"எனக்கு மாற்றலாகும் போலிருக்கு!"

"அப்படியா?"

"நாளைக்கு ட்யுட்டில ஜாயின் பண்ணினாத் தெரியும். பெங்களூருக்கு மாற்றல்!"

"போகப் போறியா?"

"ஷ்யாம் ஒண்ணும் சொல்லலியா?"

"என்ன சொல்ல முடியும்? இஷ்டமிருந்தா என் பின்னால் வரட்டும். வந்துதானே ஆகணும். என்னைவிட்டா ஏது நாதி?"

"சுரேகா... ஷ்யாம் உன் புருஷன்!"

"நாலு காசு சம்பாதிக்க துப்பில்லை. ஒரு நாளைக்கு மூணு உத்யோகம்... இந்த அழகுல குடி வேற. புருஷன்னா என்னம்மா? கழுத்துல ஒரு கயித்தைக் கட்டற ஆம்பளைதான் புருஷனா?"

"சுரேகா...!"

"இந்த லட்சணத்துல என்கிட்ட கோபம். என் ஆண் நண்பர்களை நான் குறைச்சுக்கணுமாம். சந்தேகம் வேற. உழைக்கத் துப்பு இருக்கா?"

"சுரேகா... நீயா தேர்ந்தெடுத்த உன் வாழ்க்கை பாழா போச்சு பார்த்தியா? உங்கப்பா சாவுக்கு இந்த ஏக்கமும் ஒரு வகைல காரணம் தான்!"

"பேத்தல்! நானே கவலைப்படலை. வாழ்க்கை வசந்த மயமானது. என் வாழ்க்கையைப் பாழாக்க இவன் யாரு? புருஷன்ங்கறது பொறக்கறப்பவே வர்ற உறவு இல்லை இடையில வரப்போற உறவு. சரியா இருந்தா சரியா இருப்போம். இல்லைனா உதறிட்டுப் போகவேண்டியது தான். ஷ்யாமோட எந்த ஒரு நடவடிக்கையும் நிச்சயமா என்னை பாதிக்கலை!"

காதம்பரி அதிர்ந்துபோனாள்.

இப்படி ஒரு பெண்ணா?

என் கர்ப்பத்திலா இவளை நான் சுமந்தேன்?

இவள் பெண் குலத்துக்குப் பெருமையா இல்லை அவமானச் சின்னமா?

இது புரட்சியா இல்லை பொறுக்கித்தனமான சிந்தனையா?

இளம் தலைமுறை எந்த திசையில் போய்க் கொண்டிருக்கிறது? நானும், அவரும் ஒருவருக்காக ஒருவர் என்று வாழவில்லையா? தாம்பத்யம் என்ற சொல்லுக்கே இனிமேல் நல்ல அர்த்தம் இல்லையா?

ரயில் பயணம் ஸ்டேஷனில் முடிவது போல வாழ்க்கைப் பயணத்தை, பிடிக்கவில்லை என்றால் நிறுத்திக் கொள்ளலாமா?

"அம்மா! நீ என்னோட பெங்களூருக்கு வந்துர்றியா?"

"உனக்கு துணைக்கா சுரேகா?"

சுரேகா சிரித்தாள்.

"எனக்கு யாரும் துணை வேண்டாம்மா. அதுக்காக நான் உன்னை வரச் சொல்லலை. இனிமே இங்கே நீ என்ன செய்யப்போறே?"

"சுனிலுக்கு வேலை கிடைக்கணும். அவன் சம்பாதிக்கத் தொடங்கணும். அவனை விட்டுட்டு எப்படி சுரேகா வர முடியும்?"

"ஓ.. கணவன் போயிட்டா, மகன் கூடத்தான் வாழணும்னு நினைக்கிற பழைய பத்தினிகள் பட்டியல்ல இன்னமும் நீ இருக்கியா?"

"சுரேகா...!"

"சரி இரு! உன்னை நான் கட்டாயப்படுத்தலை. இங்கே பிடிக்கலைனு ஆயிட்டா, வந்துரு!"

"ஏன் பிடிக்காம போகணும்?"

"தெரியலை. சொன்னேன்."

மறுநாள் காலை சுரேகா புறப்பட்டுப் போய்விட்டாள். சுனில் ஏதோ ப்ளேஸ்மென்டில் இருந்தான்.

ஒரிரு நேர்முகம் முடித்திருந்தான்.

கோபால் இறந்து முழுமையாக ஒரு மாதம்கூட முடியவில்லை. சுனிலுக்கு வேலை கிடைத்து விட்டது.

அது ஓரளவு நல்ல கம்பெனிதான்!

மாதம் நாலாயிரம்வரை சம்பளம் வரும் கம்பெனி

வேலை கிடைத்த விவரத்தை அம்மாவிடம் அவன் சொல்ல, காதம்பரி அழுதுவிட்டாள்.

"ராஜா! எத்தனை ஆசைப்பட்டார் உங்கப்பா!" எதையும் பார்க்கக் கொடுத்து வைக்கலை அவருக்கு. அடிக்கடி ஒரு வார்த்தை சொல்லுவார். "காதம்பரி! நான் உயிரோட இருக்கறவரைக்கும் இந்தக் குடும்பம் உருப்படாதுனு! பாவம்!"

சுனில் வேலைக்குப் போகத் தொடங்கிவிட்டான்.

கோபாலும் போய் வீடும் வெறிச்சோடிவிட்டது. 24 மணி நேரமும் பரபரப்பாக இருந்த வீடு, திடீரென சூன்யமாகிவிட்டது.

அன்று மாலையில் இரண்டு பழைய வாடிக்கையாளர்கள் வந்தார்கள்.

"அம்மா மறுபடியும் மெஸ் தொடங்க உத்தேசம் இருக்கா?"

காதம்பரி முதலில் ஒன்றும் சொல்லவில்லை,

"நாங்க இருபது பேர் இருக்கம். உங்க கை மணத்துல சுத்தற நாக்கு, வேற எதையும் ஏத்துக்கறதில்லை. நடத்த முடியுமாம்மா?"

"என் பிள்ளையை ஒரு வார்த்தை கேட்டுட்டு, நாளைக்குச் சொல்லட்டுமா?"

"சரிம்மா!"

அவர்கள் போய் விட்டார்கள்.

மாலை அலுவலகம் முடிந்து தாமதமாகத்தான் சுனில் வந்தான்.

இரவு சாப்பாடு முடிந்ததும்,

"சுனில்!"

"சொல்லும்மா!"

"திரும்பவும் மெஸ் தொடங்கலாமா?"

"எதுக்கம்மா?"

"சில வாடிக்கையாளர்கள் வந்து கேட்டாங்க, உன்னைக் கேட்டுட்டு பதில் சொல்றதா சொல்லியிருக்கேன்!"

"அவசியமில்லை. எனக்கு நல்ல சம்பளம் வருது. நம்ம ரெண்டுபேருக்கும் அது போதாதா?"

"நான் சும்மாத்தானே ராஜா உட்கார்ந்திருக்கேன்?"

"அதனால என்னம்மா? இனிமேலும் நீ உழைக்கணும்னு நினைச்சா, அதுல நியாயமில்லை. அப்பாவும் போயாச்சு. முடிய வேண்டாமாம்மா?"

காதம்பரி சன்னமாக நெகிழ்ந்து போயிருந்தாள்.

"வேண்டாம்னு சொல்றியா?"

"வேண்டாம்மா! இனிமே மெஸ் நடக்காதுன்னு நாளைக்கு எழுதிப் போடு. புரியுதா?"

"சரிப்பா!"

"அப்புறம் இந்த வீடும் நல்லால்லை. என் நண்பர்கள் வரும்போது ஒரு டீசன்ட் லுக் இல்லை. வாடகைக்கு வேற ஒரு ஃப்ளாட் பிடிக்க வேண்டியது தான்!"

"நம்ம வருமானத்துக்குத் தாங்குமா சுனில்?"

"தாங்கும்மா! நான் சமாளிச்சுக்கறேன்!"

காதம்பரி மறுநாள் வாடிக்கையாளர்களை அழைத்துச் சொல்லிவிட்டாள்.

சுனில் முதல் சம்பளம் வாங்கிவிட்டான்.

தன் செலவுக்கென ஒரு பகுதியை வைத்துக்கொண்டு தான் மீதியை அம்மாவிடம் தந்தான்.

அதைக் குறை. இதை நிறுத்து என ஒரு பட்டியல் போட்டான்.

அவளுக்கு ஒன்றுமே தெரியாது என்பதுபோல அதிக பிரசங்கித்தனமான தன் ஆலோசனைகளை அவ்வப்போது அவிழ்த்து விட்டான்.

காலை ஏழுக்குப் போய்விட்டால், ஆபீஸ் ஐந்துக்கு முடிந்தாலும் இரவு பத்து, பத்தரைக்குத்தான் திரும்பினான்.

பாதி நாள் வெளியே சாப்பாட்டை முடித்துக் கொண்டான்,

ஞாயிறுகூட வீட்டில் இருப்பதில்லை.

ஏராளமான நண்பர்கள் கூட்டம். எந்த நேரமும் அவர்களுக்கு மத்தியில் புழக்கம்.

சிலசமயம் இரவில் வரும்போது குடித்துவிட்டு வருகிறானோ என்றுகூடத் தோன்றியது காதம்பரிக்கு.

கேட்கலாம் என்று நினைத்தாள்.

கேட்கவில்லை. கேட்கப் பிடிக்கவில்லை.

மகன் மனதளவில் தன்னைவிட்டு விலகத் தொடங்கி விட்டான் எனப் புரிந்தது.

வேறு ப்ளாட் கிடைத்துவிட்டது.

முன் பணம் கட்டி புறப்பட்டு விட்டார்கள்.

கோபாலுடன் வாழ்ந்த இந்த வீட்டைவிட்டுப் போகவே காதம்பரிக்கு இஷ்டமில்லை.

பிரதான சாலைக்கு அருகில் இருந்தது வீடு.

பார்த்த ஃப்ளாட் எங்கேயோ உள் தள்ளி, மனித முகங்களே இல்லாத இடம்.

குடி வந்துவிட்டார்கள்.

காதம்பரிக்கு பிடிக்காவிட்டாலும், பொருட்படுத்தவில்லை.

அவள் விருப்பத்தைக் கேட்டு சுனில் செய்யவிலலை. அதற்குமேல் என்ன செய்ய முடியும்?

கணவனுடன் வாழ்ந்தவரையில் வறுமையிலும் ஒரு மகாராணியாக வாழ முடிந்தது.

விலகி நில் என்று யாரும் சொல்லவில்லை. ஏனென்று கேட்கவில்லை.

கோபால் போனதும் எல்லாம் போய்விட்டது.

அந்த சுடுகாட்டு நெருப்பில் எல்லாமே எரிந்து சாம்பலாகி அதைக் கடலிலும் கரைத்தாகி விட்டது. மேலும் ஆறு மாதங்கள் சடுதியில் ஓடிவிட்டன.

பெங்களூர் போன பிறகு நடுவில் ஒருமுறை சுரேகா வந்திருந்தாள். அவளுடன் ஒரு இளைஞனும் வந்திருந்தான்.

ஸ்நேகிதன் என்று அறிமுகப்படுத்தினாள்.

இருவரும் ஓட்டலில் தங்கி, ஆபீஸ் சம்பந்தப்பட்ட ஒரு கான்ஃபரன்ஸுக்கு வந்திருப்பதாகச் சொன்னாள்,

போய்விட்டாள்.

அன்று மாலை சுனில் சீக்கிரமே வந்துவிட்டான்.

"அம்மா!"

அழைத்தபடி அருகே வந்து உட்கார்ந்தான்.

காதம்பரிக்கு ஆச்சர்யம்.

இப்படியெல்லாம் அழைத்தபடி பிள்ளை வந்து உட்காருவது அதிசயம்.

இதுவரை நிகழ்ந்ததில்லை.

அவனும் யோசிக்கத் தொடங்கிவிட்டானா?

பாவம் அம்மா! நாம் இப்படி ஒட்டாமல் வாழக் கூடாது என்று மனம் சங்கடப்படுத்திவிட்டதா?

பெற்ற தாய் அல்லவா? இருக்காதா?

"என்னப்பா?"

"ஃபாரின் யுனிவர்ஸிட்டி ரெண்டுக்கு அப்ளை பண்ணியிருந்தேன். அதுல ஒண்ணுல எனக்கு அழைப்பு வந்திருக்கு. ஒரு மாசமா அது தொடர்பா அலைஞ்சு தகவல்கள் சேகரிக்கறேன். பேங்க் முழுச் செலவையும் ஏத்துக்க தயாரா இருக்கு"

"இந்த வேலையை ராஜினாமா பண்ணணுமா சுனில்?"

"ஆமாம்மா!"

"பாண்ட் எழுதிக் குடுத்திருக்கியே!"

"அதையெல்லாம் ஒரு வக்கீலை வச்சு சரி பண்ணலாம். கேட்டாச்சு. சட்ட ரீதியா எந்தப் பிரச்னையும் வராது!"

"ஏன்பா நம்ம நாட்ல என்ன குறைச்சல்? எதுக்காக நீ இப்ப ஃபாரின் போகணும்?"

"என்னம்மா நீ? புரியாம பேசிட்டு இருக்கே? அங்கே எம். எஸ் பண்ணிகிட்டே வேலை பார்த்துப்பேன். முடிச்சிட்டா நல்ல எதிர்காலம் இருக்கில்லையா?"

"சுனில்!"

"சொல்லும்மா!"

"ரொம்ப அதிகம் படிச்சிட்டாலும், அயல்நாடு போய்த் திரும்பினாலும் இங்கே எதிர்காலம் கேள்விக் குறியாகுது. இதைவிட நல்லது அமைஞ்சா, நீ நிலைக்க மாட்டேனு பயம் வருது. நிரந்தரமா இருக்கக்கூடிய மனிதனைத்தான் கம்பெனிகள் விரும்புது!"

"வேண்டாம்! கொஞ்ச வருஷங்கள் அங்கேயே இருப்பேன். கை நிறைய சம்பாதிச்சிட்டு வந்து சொந்தமா யூனிட் தொடங்குவேன். அப்ப என்ன செய்ய முடியும்?"

"அதுக்கு எத்தனை வருஷம் ஆகும்!"

“ஏழெட்டு வருஷம்!”

“அதுவரைக்கும் உன்னைவிட்டு நான் இருக்கணுமா சுனில்?” தாள முடியாமல் கேட்டே விட்டாள்.

“உன்னை நான் தனியா விட்டுட்டுப் போவேன்னு நீ நினைச்சியா? நெவர்! நாளைக்கு சுரேகா வருவா. போன் பண்ணியிருக்கேன். அப்ப பேசிக்கலாம். குட்நைட்!”

பாதியில் பேச்சைத் துண்டித்துவிட்டான்.

நிச்சயம் இவன் போகத்தான் போகிறான்!

சுரேகாவிடம் என்னை ஒப்படைக்கத் தீர்மானித்து விட்டான் அவள் என்ன சொல்வாளோ? கோபால் நீங்கள் ஏன் மரித்தீர்கள்?

நீங்கள் இருக்கும் வரை ஒருநாள்கூட நான் கேள்விக் குறியாகவில்லை. ஆனால் இன்று?

இரவு முழுக்க உறக்கம் வரவில்லை.

காலை ஏழு மணிக்கே சுரேகா வந்து விட்டாள். கூடவே வேறொரு இளைஞன்.

அவன் அவளை விட்டுவிட்டு ஏதோ சொல்லிவிட்டுப் போய்விட்டான்.

சுரேகா குளித்து உடை மாற்றிக்கொண்டு வந்தாள்.

“என்ன சுனில் திடீர்னு?”

“எனக்கு ஃபாரின் பல்கலைக்கழகத்துலேருந்து அழைப்பு வந்திருக்கு. வர்றேன்னு ஒப்புதல் கடிதம் போட்டாச்சு. பாஸ்போர்ட் ஏற்கனவே எடுத்து வச்சிருக்கேன். விசா ஒரு வாரத்துல கிடைச்சிரும்.”

“கன்கிராட்ஸ்! யு ஹேவ் டன் இட்!”

“தேங்க்யூ! நான் ப்ளேஸ்மென்ட் பார்த்துட்டு எம். எஸ் பண்ணனும். கொஞ்சம் சம்பாதிக்கணும். திரும்பி வர ஏழெட்டு வருஷம் ஆகலாம். அதுவரைக்கும்..!”

“அம்மாவை நான் கூட்டிட்டுப் போகணும். அதுக்குத் தானே என்னை வரவழைச்சே? தாராளமா! இன்னிக்கே கூட்டிட்டுப் போகட்டுமா? இல்லை ரெண்டு வாரம் கழிச்சு வரட்டுமா? அதுக்குள்ள அம்மாவும் பேக் பண்ணிக்கலாம் நிதானமா!”

“ரெண்டு வாரம் கழிச்சு வாயேன்!”

“குட்! நீ தயாரா இரும்மா!”

காதம்பரி பார்த்துக்கொண்டே இருந்தாள். தன்னை ஒரு வார்த்தை கேட்காமல், இருவரும் மாறி மாறி விவாதித்து இறுதியில் முடிவுக்கும் வந்துவிட்டார்கள்.

“ரெண்டு பேரும் என்னைக் கொஞ்சம் பேச விடறீங்களா?”

“சொல்லும்மா!”

“சுனில் ஃபாரின் போறதுல எனக்கு விருப்பமில்லை!”

“என்னம்மா உளர்ற நீ? அவன் பச்சக் குழந்தையா என்ன?”

“இல்லைடி! அவன் எல்லாம் தெரிஞ்சவன்தான். ஏழெட்டு வருஷம் கழிச்சு அவன் திரும்பும்போது நான் நிச்சயம் உயிரோட இருக்கமாட்டேன்!” உங்கப்பாவை இழந்த எனக்கு பிள்ளையையும் பிரியத் தெம்பில்லை சுரேகா!”

“என்னம்மா நீ... பழைய தமிழ் சினிமால அம்மா வேஷம் போட்டவங்க பேசற மாதிரி பேசற?”

“சுரேகா!”

“இது அவனோட எதிர்காலம். யாருக்காகவும் அதை அவன் இழக்கக்கூடாது. எல்லாருக்கும் இதுமாதிரி அமையாது. அமைஞ்சதை விட்டுட்டா பைத்தியக்காரத்தனம்!”

“நல்லா சொல்லு சுரேகா. என்னால பேச முடியலை அம்மாகிட்ட!”

“உனக்கென்னம்மா கஷ்டம்? உன்னைத் தனியா விட்டுட்டுப் போனா பேசலாம். நானில்லையா உனக்கு?”

“உன்னோட நான் வர ஷ்யாம் சம்மாதிப்பாரா?”

கடகடவென சிரித்தாள் சுரேகா.

“யாரது ஷ்யாம்..?”

“சுரேகா நிறுத்து. அவர் உன் புருஷன்!”

“அந்த ஆளை நான் பார்த்தே ஏழெட்டு மாசமாச்சு. அப்பா சாவு முடிஞ்சு போன பின்னால ““அது”” வீட்டுக்கே வரலை. 24 மணி நேரமும் தண்ணி போட்டுட்டு ஊர் சுத்தறதா தகவல். புகையற விறகை வீட்ல வச்சுக்க நான் தயாரா இல்லை!”

“அப்படீன்னா நீ இப்ப தனியாவா இருக்கே?”

“ஏன்? எனக்கு நண்பர்கள் இல்லையா?”

“காலைல வந்தானே... அவனா?”

“ம்...! அவனும் ஒருத்தன்: சரி என் பிரச்சினையா இப்ப முக்கியம்? நீ மூட்டை முடிச்சைக் கட்டு! நான் ரெண்டு வாரம் கழிச்சு வர்றேன்!”

“நீ இன்னும் ஒருநாள் கூட இருக்க முடியுமா சுரேகா?!”

“எதுக்கம்மா?”

“முடிவெடுக்க ரெண்டு வாரம் எதுக்கு?”

“ஓ... நாளைக்கே வர்றேன்னு சொல்றியா? சரி! எனக்கு இங்கே ரெண்டு, மூணு நாள் வேலையிருக்கு. அதையும் பார்த்துட்டு இருந்து உன்னைக் கூட்டிட்டுப் போயிர்றன். என்ன சுனில்!”

“சரி சுரேகா...”

“திரும்பி வரும்போது பெண்டாட்டியோட தான் வருவியா?”

“வந்துட்டா என்ன பண்ணப் போறே?”

“வாழ்த்துவேன். உன் வாழ்க்கை! நீ தேர்ந்தெடுக்க யாரைக் கேக்கணும், என்னையும் நம்ம அம்மானு நினைச்சியா? மடிசஞ்சி இல்லை நான்!”

"சுரேகா!"

"வேண்டாம்மா! நீ உடனே நிறைய தர்க்கவாதம் பேசுவே. அதுக்கெல்லாம் அப்பாகிட்ட நிறைய பொறுமை இருந்தது. நேரமும் இருந்தது. உட்கார்ந்து கேட்டார். எங்க யுகம் இது. பேசிப் பொழுதை வீணாக்க நாங்க யாரும் தயாராக இல்லை. போலாமா சுனில்"

"நான் ரெடி சுரேகா!"

அக்காளும் தம்பியும் அலட்சியமாக நடந்து போவதைப் பார்த்துக்கொண்டு நின்றாள் காதம்பரி.

மகளுக்கு நல்ல இடத்தில் திருமணம்...

மகன் வாழ்வில் வெளிச்சம்...

என்னவெல்லாம் கனவு கண்டேன்?

அத்தனையும் இன்றும் பலித்துத்தான் இருக்கிறது. ஆனால் வேறுவிதமாக!

"ஒரு வகையில கோபால் கொடுத்து வைத்தவர்!"

"அவருக்கு மரணம் ஒரு முறைதான்!"

"நான் நொடிக்கு நொடி சாகிறேன்."

"நான் சரியில்லையா? இந்தத் தலைமுறையை என்னால் புரிந்துகொள்ள முடியவில்லையா?"

"எந்த உறவும் இவர்களுக்கு சாசுவதமல்ல!"

"கை நிறைய பணம். வசதியான வாழ்க்கை! என்ன வந்தாலும் நிறைவில்லாமல் எதையோ பிடிக்க ஓட்டம். எத்தனை நாள் இவர்களால் ஓட முடியும்?"

"முடியாமல் ஓயும்போது யார் வருவார்கள்?"

"சரி! பரிவும், பாசமும் ஊட்டி வளர்த்தேன்! இன்று எனக்கு என்ன நிலைமை?"

"நானும் சுயநலத்துடன் வாழ்ந்திருக்கலாமோ?"

அவளது வாடிக்கையாளர்களில் ஒருவர் சண்முகம். விச்ராந்தி பற்றி அவருக்குத் தெரியும்.

ஆதரவற்ற முதியவர்களுக்கான காப்பகம் சண்முகத்தின் தொலைபேசி எண்களைத் தேடி எடுத்தாள். பேசினாள். அரை மணி நேரத்தில் சண்முகம் வந்துவிட்டார்.

"நான் நாளைக்கே விச்ராந்தில சேரணும்!"

"உனக்கேன்மா தலையெழுத்து?"

"இது தலையெழுத்து இல்லை சார். விருப்பம். என் குழந்தைகள் என்னைக் கை விடலை. ஆனா எனக்கு குடும்ப வாழ்க்க பிடிக்கலை. என் மீதி நாட்களை விச்ராந்தியா வாழணும். அதுக்கு விச்ராந்திதான் சரியான இடம். ஏற்பாடு பண்ணுங்க!"

"சரிம்மா! இது உன் குழந்தைகளுக்கு...?"

"நான் சொல்லிப்பேன். நாளைக்குக் காலைல புறப்படலாமா?"

"ஏற்பாடு பண்றேன்மா!"

அவர் போய்விட்டார். சுனில் சுரேகா இருவரும் இரவு பத்தரைக்குதான் வந்தார்கள். அதற்குள் ஒரு லெதர் பையில் தன்னுடைய இரண்டுஜதை உடைகள், கண்ணாடி, கோபாலின் ஒரு புகைப்படம் இதை மட்டும் எடுத்து வைத்துக் கொண்டிருந்தாள் காதம்பரி.

காலையில் ஏழு மணிக்கு சண்முகம் வந்துவிட்டார்.

"சுனில்.... சுரேகா...! எனக்கு விச்ராந்தில் இடம் கிடைச்சாச்சு. நான் புறப்படறேன்."

"அம்மா... அது ஆதரவற்ற முதியவருக்கான காப்பகம்!"

"அதனால என்ன?"

"உனக்கு அந்த அவசியம் என்னம்மா?"

“த பாரு சுனில்! உனக்கு எல்லாத்தையும்விட உன் எதிர்காலம் முக்கியம்! நீ போறதை யாரும் தடுக்க முடியாது. தடுத்தாலும் நீ கேட்கமாட்டாய். சுரேகாவுக்கு அவள் இஷ்டம்போல வாழ உரிமை உண்டு. காரணம் கை நிறைய சம்பாதிக்கறா. ரெண்டுபேரும் என்னை மன்னிச்சிருங்க. உங்க தலைமுறையை என்னால புரிஞ்சிக்க முடியலையா அல்லது உங்க கால கட்டத்துல வாழ எனக்குத் தகுதி இல்லையானு எனக்கே புரியலை.”

“அம்மா!”

“எனக்கு யார் மேலயும் வருத்தமில்லை. அடுத்தவங்களை நாடி நிக்கற நிலைமைல உங்க ரெண்டுபேரையும் நாங்க நிறுத்தலை. ஆளாக்கிட்டம். உங்கப்பாவையும் நான் கரை சேர்த்துட்டேன். என் கடமை முடிஞ்சு போச்சு. நான் புறப்படறேன்!”

இரண்டுபேரும் ஸ்தம்பித்து நிற்க, வாசலில் இறங்கி விட்டாள் காதம்பரி.

காதம்பரியுடன் ஒரு நிமிஷம்

“காதம்பரியம்மா... ஒரு நிமிஷம்!”

“யாரது?”

“நான்தான்! உங்களை ஒண்ணேகால் வருஷமா தமிழக மக்கள் மத்தில உலவவிட்ட தேவிபாலா!”

“சொல்லுங்க பாலா!”

“நம்பிக்கைதான் வாழ்க்கைனு இருந்துட்டீங்க. கோபாலும் போயிட்டார். பிள்ளைகளும் அப்பட்டமான சுயநலக்காரங்க. நீங்க முதியோர் இல்லத்தைத் தேர்ந்தெடுத்தாச்சு. இத்தனை காலம் வாழ்ந்த வாழ்க்கைல வெளிச்சமே கிடைக்கலை உங்களுக்கு. இனி மேலும் நிலவு வரும்னு நம்பறீங்களா?”

சிரித்தாள் காதம்பரி.

“ஏம்மா சிரிக்கறீங்க?”

"பாலா இப்பவும் நான் நம்பறேன். இந்த நிமிஷம் நான் சோர்ந்து போயிடலை. என் பிள்ளைகளுக்காக, கணவனுக்காக உழைச்ச நான், முதியோர் இல்லத்துல உள்ள என் சக தோழர், தோழிகளுக்கு உதவியா இருப்பேன். நான் வாழ்ந்த வாழ்க்கைல அர்த்தம் இருந்தது. வாழப்போற வாழ்க்கையிலும் அது இருக்கும். என் வானத்துல எப்பவுமே பௌர்ணமிதான் நாளைக்கும் நிலவு வரத்தான் செய்யும். முடிஞ்சா இனிமே அங்கே வந்து என்னை நீங்க சந்திக்கலாம்!"

காதம்பரி புறப்பட்டுவிட்டாள்.

நான் பிரமித்து நிற்கிறேன்.

இந்த மண்ணுக்கு ஒரு காதம்பரி போதாது. இன்னும் நிறைய காதம்பரிகள் வேண்டும், கிடைக்குமா?

முற்றும்

www.ingramcontent.com/pod-product-compliance
Lightning Source LLC
LaVergne TN
LVHW092051051026
849517LV00013B/1618
9789395277563